AF518870

INSIGHT PUBLICA®

INSIGHT PUBLICA
Nadakkave, Kozhikode, Kerala
Tel:0495–4020666
www.insightpublica.com
e-mail: insightpublica@gmail.com

Theepakshi

(Malayalam)

This Insight Edition: March 2020

ISBN 978-81-935607-2-3

Published by
Insightinpublica Publishers Pvt. Ltd.
Printed at Repro India Limited, India

തീപ്പക്ഷി

റഷ്യൻ നാടോടിക്കഥകൾ

വിവർത്തനം: ഓമന

ചിത്രങ്ങൾ: ഈഗോർ യെർഷോവ്, ക്സേനിയ യെർഷോവ

INSIGHT PUBLICA®

ഉള്ളടക്കം

തീപക്ഷി

പണ്ടൊരിക്കൽ ഒരിടത്ത് ബെരാറോയ് എന്നപേരുള്ള ഒരു രാജാവ് ഉണ്ടായിരുന്നു. അദ്ദേഹത്തിന്റെ മൂന്നപുത്രൻമാരിൽ ഒരു രാജാവ് ഉണ്ടായിരുന്നു. അദ്ദേഹത്തിന്റെ മൂന്നു പുത്രന്മാരിൽ ഏറ്റവും ഇളയവന്റെ പേര് ഇവാൻ എന്നായിരുന്നു.

രാജാവിന് ഭംഗിയുള്ള ഒരു ഉദ്യാനവും അതിൽ സ്വർണ്ണ ആപ്പിളുകൾ കായ്ക്കുന്ന ഒരു ആപ്പിൾ മരവും ഉണ്ടായിരുന്നു.

സ്വർണ്ണ ആപ്പിളുകൾ ആരോ മോഷ്ടിക്കുന്നുണ്ടെന്ന് ഒരു ദിവസം രാജാവിന് മനസ്സിലായി. അത് അദ്ദേഹത്തിന് അതിയായ മനോവ്യഥ ഉണ്ടാക്കി. അദ്ദേഹം തോട്ടത്തിൽ കാവൽക്കാരെ നിയോഗിച്ചു. പക്ഷേ കള്ളനെ പിടിക്കാൻ അവർക്കു കഴിഞ്ഞില്ല.

രാജാവ് ദുഃഖം നിമിത്തം ഭക്ഷണപാനീയങ്ങൾ വെറുത്തു. പുത്രൻമാർഅദ്ദേഹത്തെ സമാധാനിപ്പിച്ചു: "പ്രിയ പിതാവേ, അങ്ങ് വ്യസനിക്കേണ്ട. ഞങ്ങൾ തന്നെ ഉദ്യാനത്തിൽ കാവൽ നിൽക്കാം"

മൂത്ത മകൻ പറഞ്ഞു: "ഇന്ന് കാവൽ നിൽക്കുന്നത് ഞാനാണ്."

അവൻ ഉദ്യാനത്തിലെത്തി. സായാഹ്നം മുഴുവൻ അവൻ അവിടെ ചുറ്റി നടന്നിട്ടും ആരെയും കണ്ടുമുട്ടിയില്ല. അതുകൊണ്ട് അവൻ പുൽത്തകിടിയിൽ കിടന്നുറങ്ങി.

രാവിലെ രാജാവ് അവനോട് ചോദിച്ചു: "നീ നല്ല വാർത്ത വല്ലതും കൊണ്ടുവന്നിട്ടുണ്ടോ? ആരാണ് കള്ളനെന്ന് കണ്ടുപിടിച്ചോ?"

"ഇല്ല അച്ഛാ, ഞാൻ രാത്രിയിൽ കണ്ണടച്ചതേയില്ല. എന്നിട്ടും

ആരെയും കണ്ടില്ല."

പിറ്റെ ദിവസം രണ്ടാമത്തെ പുത്രൻ കാവലിനു പോയി. അവനും അവിടെ കിടന്ന് ഉറങ്ങി. കള്ളന്മാരെ ആരെയും താൻ കണ്ടില്ലെന്ന് അവൻ രാവിലെ അച്ഛനോട് പറഞ്ഞു.

ഇളയമകന്റെ ഊഴം വന്നു. ഇവാൻ രാജകുമാരൻ തോട്ടത്തിൽ കാവലിനു പോയ രാത്രി അവൻ കിടക്കുക പോയിട്ട് ഒന്നിരിക്കുക പോലും ചെയ്തില്ല. ഉറക്കം തന്നെ കീഴടക്കുമെന്നു തോന്നിയപ്പോഴെല്ലാം അവൻ മഞ്ഞുതുള്ളികൾകൊണ്ട് മുഖം കഴുകി. ഉടൻ തന്നെ ഉറക്കം പോയി.

രാത്രി അതിക്രമിച്ചപ്പോൾ പെട്ടന്ന് തോട്ടത്തിൽ ഒരു പ്രകാശം അവൻ കണ്ടു. അത് വർദ്ധിച്ചുവർദ്ധിച്ച് തോട്ടം മുഴുവൻ വ്യാപിച്ചു. സ്വർണ്ണ ആപ്പിൾ കൊത്തിത്തിന്നുകൊണ്ട് അപ്പിൾ മരത്തിൽ തീപ്പക്ഷി ഇരിക്കുന്നത് ഇവാൻ കണ്ടു.

ഇവാൻ രാജകുമാരൻ ഒച്ചയുണ്ടാക്കാതെ മരത്തിനടുത്തെത്തി. തീപ്പക്ഷിയുടെ വാലിൽ പിടികൂടി. എന്നാൽ പക്ഷി കുതറി പിടിവിടുവിച്ച് പറന്നുപോയി. അതിന്റെ വാലിലെ ഒരു തൂവൽ മാത്രം ഇവാന്റെ കയ്യിലിരുന്നു.

പിറ്റേന്ന് രാവിലെ ഇവാൻ രാജകുമാരൻ അച്ഛന്റെ മുമ്പിലെത്തി.

"മകനെ, നീ കള്ളനെ പിടിച്ചോ?" രാജാവ് ചോദിച്ചു.

"പ്രിയപ്പെട്ട അച്ഛാ." ഇവാൻ പറഞ്ഞു. "ഞാൻ അവനെ പിടിച്ചിട്ടില്ല. പക്ഷെ കള്ളനാരാണെന്ന് കണ്ടുപിടിച്ചു. ഇതാ അവൻ അങ്ങേയ്ക്കായി ഒരു തൂവൽ എന്നെ ഏൽപ്പിച്ചിരിക്കുന്നു. തീപ്പക്ഷിയാണ് കള്ളൻ അച്ഛാ."

രാജാവ് തൂവൽ വാങ്ങി. അപ്പോൾ മുതൽ അദ്ദേഹത്തിന് ഉന്മേഷം തോന്നി. അദ്ദേഹം ആഹാരം കഴിച്ചുതുടങ്ങി. എന്നാൽ ഒരു സുപ്രഭാതത്തിൽ തീപ്പക്ഷിയെപ്പറ്റിയുള്ള ചിന്ത അദ്ദേഹത്തെ അലട്ടിത്തുടങ്ങി.

അദ്ദേഹം പുത്രന്മാരെ വിളിച്ച് ഇങ്ങനെ പറഞ്ഞു.

"എന്റെ പ്രിയപുത്രൻമാരെ നിങ്ങൾ നിങ്ങളുടെ വിശ്വസ്തരായ കുതിരകളുടെ പുറത്ത് കയറി ദേശസഞ്ചാരത്തിനു പോകണമെന്നാണ് എന്റെ അഭിപ്രായം. ഒരു പക്ഷേ നിങ്ങൾക്ക് തീപ്പക്ഷിയെ കാണാൻ കഴിഞ്ഞേക്കും."

പുത്രൻമാർ രാജാവിനെ വണങ്ങിയിട്ട് വിശ്വസ്തരായ കുതിരകളുടെ

പുറത്ത് കയറി പുറപ്പെട്ടു. മൂത്തവൻ ഒരു വഴിയെ പോയി. രണ്ടാമത്തവൻ മറ്റൊരു വഴിയെ പോയി.

ഇവാൻ രാജകുമാരൻ മൂന്നാമത്തെ വഴിയിലൂടെയാണ് സഞ്ചരിച്ചത്.

ഇവാൻ രാജകുമാരൻ എത്ര ദൂരം സഞ്ചരിച്ചെന്ന് പറയാൻ കഴിയില്ല. എന്നാൽ ഒരു ചൂടുള്ള മദ്ധ്യാഹ്നത്തിൽ യാത്രാക്ഷീണം കൊണ്ട് തളർന്ന് അവൻ കുതിരപ്പുറത്തുനിന്നിറങ്ങി വിശ്രമിക്കാനായി ഒരിടത്തു കിടന്നു.

അവൻ എത്ര നേരം ഉറങ്ങിയെന്ന് ഇന്നുവരെ ആർക്കും അറിഞ്ഞുകൂടാ. എന്നാൽ ഉണർന്നപ്പോൾ അവന്റെ കുതിരയെ കാണാനില്ലായിരുന്നുവെന്ന് നമുക്കറിയാം. അവൻ കുതിരയെ അന്വേഷിച്ചു നടന്നു. നടന്ന് ഒടുവിൽ കുതിര കിടക്കുന്നിടത്ത് അവൻ എത്തി. പക്ഷെ കുതിരയുടെ അസ്ഥി മാത്രമേ അവിടെ ഉണ്ടായിരുന്നുള്ളൂ.

ഇവാൻ രാജകുമാരൻ വിഷമസ്ഥിതിയിലായി. കുതിരയില്ലാതെ എങ്ങിനെ യാത്ര ചെയ്യും? "കുതിരയില്ലെങ്കിൽ നടന്നു പോകാം" എന്ന് വിചാരിച്ചുകൊണ്ട് അവൻ നടന്നു.

നടന്നു നടന്ന് അവൻ തളർന്നു. ദുഃഖിതനും നിരാശനുമായ അവൻ വിശ്രമിക്കാൻ പുല്ലിൽ ഇരുന്നു. എവിടെനിന്നെന്നറിയില്ല. ആ സമയത്ത് ഒരു ചെന്നായ് അവിടെയെത്തി. ഇങ്ങനെ പറഞ്ഞു.

"ഇവാൻ രാജകുമാരാ ഇത്ര ദുഃഖിതനും അശരണനുമായി ഇവിടെയിരിക്കാൻ കാരണമെന്താണ്?"

"ഞാൻ എങ്ങിനെ ദുഃഖിക്കാതിരിക്കും? എനിക്ക് എന്റെ വിശ്വസ്തനായ കുതിര നഷ്ടപ്പെട്ടു."

"ഞാനാണ് ഇവാൻ രാജകുമാരാ, അങ്ങയുടെ കുതിരയെ തിന്നത്. പക്ഷേ എനിക്ക് അങ്ങയോട് ഇപ്പോൾ സഹതാപം തോന്നുന്നു. സ്വദേശത്തുനിന്ന് ഇത്ര ദൂരം അങ്ങെന്താണ് ചെയ്യുന്നത് എങ്ങോട്ടാണ് പോകുന്നത്?"

"തീപ്പക്ഷിയെ അന്വേഷിച്ച് അച്ഛൻ എന്നെ അയച്ചിരിക്കുകയാണ്."

"പക്ഷെ ആ കുതിരയുടെ പുറത്ത് മൂന്നു വർഷം സഞ്ചരിച്ചാലും അങ്ങേക്ക് തീപ്പക്ഷിയുടെ അടുത്തെത്താൻ കഴിയുകയില്ല. അത് എവിടെയാണ് താമസിക്കുന്നതെന്ന് എനിക്കു മാത്രമേ അറിയൂ. അതുകൊണ്ട് ഇങ്ങനെ ചെയ്യാം. ഞാൻ അങ്ങയുടെ കുതിരയെ

തിന്നതിനു പകരം ഇനിമേൽ അങ്ങയുടെ വിശ്വസ്ത ഭൃത്യനായിരിക്കാം. എന്റെ പുറത്തുകയറി മുറുകെ പിടിച്ചിരുന്നോളൂ."

ഇവാൻ രാജകുമാരൻ ചെന്നായയുടെ പുറത്ത് കയറി. അത് മിന്നൽവേഗത്തിൽ പാഞ്ഞു. പച്ചക്കാടുകൾ പിന്നിലാക്കി നീലത്തടാകങ്ങൾ തരണം ചെയ്ത് അത് ഒടുവിൽ പൊക്കമുള്ള മതിലുകളാൽ ചുറ്റപ്പെട്ട ഒരു കൊട്ടാരത്തിനടുത്തെത്തി.

"ഇവാൻ രാജകുമാരാ," ചെന്നായ പറഞ്ഞു. "ശ്രദ്ധിച്ചു കേട്ടാലും. ഞാൻ പറയുന്നത് ഓർമ്മയിൽ വച്ചുകൊള്ളണം. ഒന്നും ഭയപ്പെടാനില്ല. – നമ്മൾ ഒരു നല്ല സമയത്താണ് വന്നത്. പാറാവുകാരെല്ലാവരും ഉറക്കമാണ്. ഗോപുരത്തിനുള്ളിൽ ഒരു അറയുണ്ട്. ആ ജനലിൽ ഒരു സ്വർണ്ണക്കൂടുണ്ട്. ആ സ്വർണ്ണക്കൂട്ടിൽ തീപ്പക്ഷി ഇരിക്കുന്നുണ്ട്. പക്ഷിയെ എടുത്ത് നെഞ്ചിൽ ഒളിച്ചുവെയ്ക്കണം. പക്ഷേ കൂട് എടുക്കരുത്. ഇതു പ്രത്യേകം ഓർമ്മയിലിരിക്കട്ടെ."

ഇവാൻ രാജകുമാരൻ മതിൽ ചാടി അകത്തു കടന്നു. ഗോപുരത്തിന്റെ ജനാലയിൽ സ്വർണ്ണക്കൂടും അതിനുള്ളിൽ തീപ്പക്ഷിയും ഇരിക്കുന്നത് അവൻ കണ്ടു. അവൻ പക്ഷിയെ എടുത്ത് നെഞ്ചിൽ വെച്ചു. അവന് ആ കൂട്ടിൽ നിന്ന് കണ്ണെടുക്കാൻ കഴിഞ്ഞില്ല. "എത്ര ഭംഗിയുള്ള സ്വർണ്ണക്കൂട്!" അവൻ വിചാരിച്ചു. ചെന്നായയുടെ താക്കീത് മറന്ന് അവൻ കൂടു കയ്യിലെടുത്തു. ആ നിമിഷം കൊട്ടാരം മുഴുവൻ ശബ്ദായമാനമായിത്തീർന്നു. കാഹളദ്ധ്വനി മുഴങ്ങി. ചെണ്ടകൾ കൊട്ടി, പാറാവുകാർ ഉണർന്നു. അവർ ഇവാൻ രാജകുമാരനെ പിടിച്ച് അഫ്റോൺ രാജാവിന്റെ സന്നിധിയിൽ കൊണ്ടുചെന്നു.

"നീ ആരാണ്, എവിടുന്നാണ്?" അഫ്റോൺ രാജാവ് രോഷാകുലനായി ചോദിച്ചു.

"ഞാൻ ബെരെന്ദേയ് രാജാവിന്റെ പുത്രനായ ഇവാൻ രാജകുമാരനാണ്.!"

"ഹാ, കഷ്ടം"! ഒരു രാജകുമാരൻ കള്ളനായിത്തീരുന്നത് എത്ര അപമാനകരമാണ്!"

"പക്ഷേ ഞങ്ങളുടെ തോട്ടത്തിൽ നിന്ന് ആപ്പിൾ മോഷ്ടിക്കാൻ അങ്ങ് ആ പക്ഷിയെ അനുവദിച്ചതോ?" ഇവാൻ ചോദിച്ചു.

"നീ ഇക്കാര്യം എന്നോട് നേരിട്ടു പറഞ്ഞിരുന്നെങ്കിൽ നിന്റെ അച്ഛനായ ബെരേന്ദേയ് രാജാവിനോടുള്ള ബഹുമാനസൂചകമായി

ഞാൻ പക്ഷിയെ നിനക്കു സമ്മാനിക്കുമായിരുന്നു. പക്ഷെ ഇപ്പോൾ കുടുംബത്തിന്റെ ഈ അപകീർത്തി ഞാൻ എല്ലായിടത്തും പ്രസിദ്ധപ്പെടുത്തും. അല്ലെങ്കിൽ പോകട്ടെ - ഞാനതു ചെയ്യുന്നില്ല. നീ എനിക്ക് ഒരു കാര്യം സാധിച്ചുതന്നാൽ ഞാൻ നിനക്ക് മാപ്പുതരാം. ഒരു രാജ്യത്ത് കസ്സാൻ എന്നുപേരുള്ള ഒരു രാജാവിന് സ്വർണ്ണക്കുഞ്ചിരോമമുള്ള ഒരു കുതിരയുണ്ട്. ആ കുതിരയെ നീ എനിക്കു കൊണ്ടുത്തരികയാണെങ്കിൽ ഞാൻ നിനക്ക് തീപ്പക്ഷിയെ മാത്രമല്ല, സ്വർണ്ണക്കൂട്ടും തരാം."

ഇവാൻ രാജകുമാരൻ നിരാശനായി ചെന്നായയുടെ അടുത്തേക്ക് മടങ്ങി.

"കൂട്ടു തൊട്ടുപോകരുതെന്ന് ഞാൻ അങ്ങയോട് പറഞ്ഞിരുന്നു." ചെന്നായ് പറഞ്ഞു. "എന്റെ മുന്നറിയിപ്പ്

വകവെയ്ക്കാതിരുന്നതെന്താണ്?"

"എനിക്കു വളരെ ഖേദമുണ്ട്. ചെന്നായെ, എനിക്കു മാപ്പുതരൂ."

"ഖേദിച്ചതുകൊണ്ട് വലിയ പ്രയോജനമൊന്നും ഇല്ല. സമയം കളയാതെ എന്റെ പുറത്തു കയറി ഇരിക്കൂ. ഞാൻ എന്റെ വാക്കു പാലിക്കതന്നെ ചെയ്യും."

ഇവാൻ രാജകുമാരനെയും കൊണ്ട് ചെന്നായ അതിശീഘ്രം പാഞ്ഞു. അവർ എത്രകാലം യാത്രചെയ്തെന്ന് അറിയില്ല. ഒടുവിൽ സ്വർണ്ണ കുഞ്ചിരോമമുള്ള കുതിരയെ സൂക്ഷിച്ചിരുന്ന കൊട്ടാരത്തിൽ അവർ എത്തി.

"ഇവാൻ രാജകുമാരാ മതിൽ ചാടി അപ്പുറത്തിറങ്ങിക്കോളൂ. പാറാവുകാർ ഉറക്കമാണ്. ലായത്തിൽ കയറി കുതിരയെ ഇറക്കിക്കൊണ്ടു വരണം, എന്നാൽ കടിഞ്ഞാണിൽ തൊട്ടുപോകരുത്."

ഇവാൻ രാജകുമാരൻ കൊട്ടാരത്തിൽ കയറി. പാറാവുകാർ എല്ലാവരും ഉറക്കമായിരുന്നു. അവർ ലായത്തിൽ കയറി കുതിരയെ പിടിച്ചു. എന്നാൽ കടിഞ്ഞാൺ എടുക്കാതിരിക്കാൻ അവനു കഴിഞ്ഞില്ല - സ്വർണ്ണംകൊണ്ടുണ്ടാക്കി കല്ലുകൾ പതിച്ച ആ കടിഞ്ഞാൺ ആ കുതിരയ്ക്ക് ചേർന്നതായിരുന്നു.

ഇവാൻ അതു തൊട്ടയുടനെ കൊട്ടാരത്തിലാകെ ബഹളമായി. കാഹളധ്വനി മുഴങ്ങി. ചെണ്ടകൾ കൊട്ടി. പാറാവുകാർ ഉണർന്നു. അവർ ഇവാൻ രാജകുമാരനെ പിടിച്ച് കസ്മാൻ രാജാവിന്റെ സന്നിധിയിൽ കൊണ്ടു ചെന്നു.

"നീ ആരാണ്. എവിടുന്നാണ്?"

"ഞാൻ ഇവാൻ രാജകുമാരനാണ്."

"കുതിരകൾ മോഷ്ടിക്കാനിറങ്ങിയിരിക്കുന്നു. എന്തൊരു വിഡ്ഢിത്തമാണിത്. ഒരു സാധാരണക്കാരനായ കൃഷീവലൻപോലും ഇത്ര അധഃപതിക്കുകയില്ല. എങ്കിലും ഞാൻ നിനക്കു മാപ്പുതരാം. ഒരു കാര്യം സാധിച്ചുതരണമെന്നു മാത്രം. ദാൽമാത് രാജാവിന് സുന്ദരിയായ യെലേന എന്നു പേരുള്ള ഒരു മകളുണ്ട്. അവളെ മോഷ്ടിച്ച് എനിക്ക് തരാമെങ്കിൽ ഞാൻ കുതിരയേയും കടിഞ്ഞാണും നിനക്ക് തരാം."

ഇവാൻ രാജകുമാരൻ പഴയതിലും നിരാശനായാണ് ചെന്നായയുടെ അടുത്തെത്തിയത്.

"രാജകുമാരാ, കടിഞ്ഞാൺ തൊടരുതെന്ന് ഞാൻ പറഞ്ഞിരുന്നല്ലോ!" ചെന്നായ് ചോദിച്ചു. "എന്റെ മുന്നറിയിപ്പ് അവഗണിച്ചതെന്താണ്?"

"ഞാൻ വളരെ ഖേദിക്കുന്നു. എനിക്ക് മാപ്പ് തരൂ."

"ഖേദിച്ചതുകൊണ്ട് വലിയ പ്രയോജനമൊന്നും ഇല്ല. സമയം കളയാതെ എന്റെ പുറത്തിരുന്നോളൂ."

ചെന്നായ് ഇവാനേയും കൊണ്ട് അതിവേഗം ഓടി. ഒടുവിൽ അവർ ദാൽമാത് രാജാവിന്റെ രാജ്യത്തെത്തി. സുന്ദരിയായ യെലേന ഉദ്യാനത്തിൽ തോഴിമാരോടൊപ്പം ഉലാത്തുകയായിരുന്നു.

"ഇത്തവണ ഞാൻ പോകാം." ചെന്നായ പറഞ്ഞു. "രാജകുമാരൻ നാം വന്ന വഴിയെ മടങ്ങിപ്പോകണം. ഞാൻ ഒപ്പമെത്തിക്കോളാം."

ഇവാൻ രാജകുമാരൻ തിരിച്ചു നടന്നു. ചെന്നായ് മതിൽ ചാടി തോട്ടത്തിലെത്തി. അത് ഒരു കുറ്റിച്ചെടിയുടെ പിന്നിൽ പതുങ്ങിയിരുന്നു ഒളിഞ്ഞുനോക്കി. സുന്ദരിയായ യെലേനയും തോഴിമാരും തോട്ടത്തിൽ നടന്നുകൊണ്ടിരുന്നു. കുറച്ചുകഴിഞ്ഞപ്പോൾ യെലേന മറ്റുള്ളവരുടെ പിന്നിലായി. ആ തക്കം നോക്കി ചെന്നായ് അവളെ പിടിച്ച് പുറത്തുവെച്ചുകൊണ്ട് മതിൽ ചാടി ഓടി.

ഇവാൻ രാജകുമാരൻ വന്നവഴിയേ തിരിച്ചുപോവുകയായിരുന്നു. പെട്ടെന്ന് ചെന്നായ് യെലേനയേയും പുറത്തിരുത്തിക്കൊണ്ട് ഒപ്പമെത്തി. ഇവാന് ഇതിൽപ്പരം സന്തോഷം ഉണ്ടാകാനില്ല!

"അങ്ങും എന്റെ പുറത്ത് കയറിക്കോളൂ. വേഗം വേണം. അല്ലെങ്കിൽ അവർ നമ്മെ പിടികൂടും." ചെന്നായ് പറഞ്ഞു.

ഇവാനേയും യെലേനയേയും പുറത്തിരുത്തിക്കൊണ്ടു ചെന്നായ് വായുവേഗത്തിൽ ഓടി. പച്ചക്കാടുകൾ പിന്നിട്ടു നീലത്തടാകങ്ങൾ തരണം ചെയ്ത് അവർ ഒടുവിൽ കസ്മാൻ രാജാവിന്റെ രാജ്യത്തെത്തി.

"ഇവാൻ രാജകുമാരാ അങ്ങെന്താണ് ഇത്ര ദുഃഖിതനും മൗനിയും ആയിരിക്കുന്നത്?" ചെന്നായ് ചോദിച്ചു.

"ഞാനെങ്ങിനെ ദുഃഖിക്കാതിരിക്കും? ഈ സൗന്ദര്യവതിയെ കൈവെടിയാൻ എന്റെ ഹൃദയം സമ്മതിക്കുന്നില്ല. സുന്ദരിയായ യെലേനയെ കൊടുത്തിട്ട് ഒരു കുതിരയെ വാങ്ങണമല്ലോ എന്നോർത്ത് എന്റെ ഹൃദയം തകരുന്നു."

"ഈ സുന്ദരിയെ കൊടുക്കേണ്ട. ഇവളെ എവിടെയെങ്കിലും

ഒളിച്ചിരുത്തിയിട്ട് ഞാൻ സുന്ദരിയായ യെലേനയായി അങ്ങയോടൊപ്പം വരാം. അങ്ങ് എന്നെ രാജാവിനു കൊടുത്താൽ മതി."

അവർ സുന്ദരിയായ യെലേനയെ കാട്ടിലുള്ള ഒരു കുടിലിൽ ഒളിച്ചിരുത്തി. ചെന്നായ് ഒന്ന് തലകുത്തിമറിഞ്ഞു. ഉടൻ തന്നെ അത് സുന്ദരിയായ യെലേനയുടെ ത്രിരൂപമായി മാറി. ഇവാൻ അതിനെ കസ്മാൻ രാജാവിന്റെ അടുത്തേക്ക് കൊണ്ടുപോയി. രാജാവ് സന്തുഷ്ടനായി. അയാൾക്ക് ഇവാനോട് അതിയായ കൃതജ്ഞത തോന്നി.

"എനിക്ക് ഒരു വധുവിനെ കൊണ്ടുവന്നതിന് നന്ദി. കുതിരയും കടിഞ്ഞാണും ഇപ്പോൾ നിന്റേതാണ്."

ഇവാൻ കുതിരപ്പുറത്ത് കയറി സുന്ദരിയായ യെലേനയുടെ അടുത്തേക്ക് പോയി. അവളെയും കുതിരപ്പുറത്തിരുത്തി അവൻ കുതിരയെ അതിവേഗം ഓടിച്ചു.

കസ്മാൻ രാജാവ് വിവാഹം ആഘോഷിച്ചു. പകൽ മുഴുവൻ നീണ്ടുനിന്ന സൽക്കാരവും സദ്യയും കഴിഞ്ഞ് അയാൾ യെലേനയേയും കൊണ്ട് കിടപ്പറയിൽ പ്രവേശിച്ചു. യുവതിയായ ഭാര്യയുടെ മുഖത്തിനു പകരം ഒരു ചെന്നായയുടെ മോന്തയാണ് രാജാവ് കട്ടിലിൽ തന്റെയടുത്ത് കണ്ടത്. അയാൾ പേടിച്ച് കട്ടിലിൽ നിന്ന് താഴെ വീണു. ചെന്നായ് ചാടിയെണീറ്റ് പുറത്തേക്കോടി.

ചെന്നായ് ഇവാൻ രാജകുമാരന്റെ ഒപ്പം എത്തിയിട്ട് ചോദിച്ചു.

"രാജകുമാരന് എന്താണ് ദുഃഖം."

"ഞാൻ എങ്ങിനെ ദുഃഖിക്കാതിരിക്കും? തീപ്പക്ഷിയെ കിട്ടാൻ വേണ്ടി സ്വർണ്ണക്കുഞ്ചിരോമമുള്ള കുതിരയെ കൊടുക്കാൻ എനിക്കു മനസ്സുവന്നില്ല."

"വിഷമിക്കേണ്ട. ഞാൻ വഴിയുണ്ടാക്കാം."

അവർ താമസിയാതെ അഫ്റോൺ രാജാവിന്റെ രാജ്യത്തെത്തി.

"കുതിരയേയും സുന്ദരിയായ യെലേനയെയും ഒളിപ്പിക്കാം." ചെന്നായ് പറഞ്ഞു. "ഞാൻ സ്വർണ്ണക്കുഞ്ചിരോമമുള്ള കുതിരയായി അഫ്റോൺ രാജാവിന്റെയടുത്തേക്ക് വരാം."

അവർ യെലേനയേയും കുതിരയേയും ഒരു കാട്ടിൽ ഒളിച്ചിരുത്തി. ചെന്നായ് തലകുത്തിമറിഞ്ഞ് കുതിരയായി മാറി. ഇവാനോടൊപ്പം രാജാവിന്റെയടുത്തേക്ക് പോയി. രാജാവ് സന്തോഷിച്ച് തീപ്പക്ഷിയെ സ്വർണ്ണക്കൂട്ടിലിട്ട് ഇവാന് നൽകി.

ഇവാൻ നടന്ന് കാട്ടിലെത്തി. യെലേനയെ കുതിരപ്പുറത്ത് കയറ്റി സ്വർണ്ണക്കൂട്ടിലെ തീപ്പക്ഷിയെയും കൊണ്ട് സ്വന്തം നാട്ടിലേക്ക് തിരിച്ചു.

അഫ്റോൺ രാജാവ് കുതിരപ്പുറത്തു കയറാൻ തയ്യാറായി നിന്ന യുടൻ കുതിര ഒരു ഭയങ്കരനായ ചെന്നായയായി മാറി ഇവാനോടൊപ്പം എത്തി.

"വിട തരൂ" ഇനി മുമ്പോട്ടു വരാൻ എനിക്ക് നിവൃത്തിയില്ല.

ഇവാൻ രാജകുമാരൻ കുതിരപ്പുറത്തുനിന്നിറങ്ങി. ചെന്നായെ മൂന്നു പ്രാവശ്യം നമസ്ക്കരിച്ചിട്ട് അവൻ അതിനോട് കൃതജ്ഞത പറഞ്ഞു.

എന്നന്നേയ്ക്കുമായി യാത്ര പറയേണ്ട. അങ്ങേക്ക് ഇനിയും എന്നെക്കൊണ്ട് ആവശ്യമുണ്ടായെന്നു വരും. ചെന്നായ് പറഞ്ഞു.

"ഇനി ഇതിനെക്കൊണ്ട് എനിക്കെന്താവശ്യമാണ്? ഇവാൻ വിചാരിച്ചു." "എന്റെ എല്ലാ ആഗ്രഹങ്ങളും സാധിച്ചുകഴിഞ്ഞു."

സുന്ദരിയായ യെലേനയേയും തീപ്പക്ഷിയേയും കൊണ്ട് അവൻ കുതിരപ്പുറത്തു കയറി അതിവേഗം സഞ്ചരിച്ചു. സ്വന്തം

രാജ്യത്തെത്തിയപ്പോൾ കുതിരയെ നിർത്തി ആഹാരം കഴിക്കുകയും വിശ്രമിക്കുകയും ചെയ്യാൻ അവൻ തീരുമാനിച്ചു. അവന്റെ കൈവശം കുറച്ച് റൊട്ടിയുണ്ടായിരുന്നു. അവർ അതു തിന്നുകയും ഉറവയിൽ നിന്ന് വെള്ളം കുടിക്കുകയും ചെയ്തു. പിന്നീട് അവർ വിശ്രമിക്കാൻ കിടന്നു.

ഇവാൻ രാജകുമാരൻ ഉറങ്ങിക്കിടക്കുമ്പോൾ അവന്റെ രണ്ട് സഹോദരൻമാരും കുതിരപ്പുറത്ത് ആ വഴി വന്നു. അവർ പല രാജ്യ ങ്ങളിലും തീപ്പക്ഷിയെ അന്വേഷിച്ചു നടന്നിട്ട് വെറും കയ്യോടെ മടങ്ങുകയായിരുന്നു.

ഇവാൻ രാജകുമാരന് കിട്ടിയതെല്ലാം കണ്ടിട്ട് അവർ പറഞ്ഞു. "നമുക്ക് അനുജനായ ഇവാനെ വധിക്കാം. എന്നിട്ട് അവനു കിട്ടിയ തെല്ലാം സ്വന്തമാക്കാം."

ഇങ്ങനെ പറഞ്ഞുകൊണ്ട് അവർ ഇവാനെ വധിച്ചു. അവർ

സ്വർണ്ണക്കുഞ്ചിരോമമുള്ള കുതിരയുടെ പുറത്തു കയറി. തീപ്പക്ഷിയെയും യേലേനയേയും കുതിരപ്പുറത്തു കയറ്റി ഇരുത്തിക്കൊണ്ട് അവർ പറഞ്ഞു.

"ഈ സംഭവത്തെപ്പറ്റി വീട്ടിൽച്ചെല്ലുമ്പോൾ നീ ഒരക്ഷരം മിണ്ടിപ്പോകരുത്!"

പാവം ഇവാൻ മണ്ണിൽക്കിടന്നു. അവന്റെ മൃതദേഹത്തിനു ചുറ്റും മലങ്കാക്കകൾ വട്ടമിട്ടു പറന്നു. പെട്ടെന്ന് നമ്മുടെ ചെന്നായ അവിടെയെത്തി. ഒരു മലങ്കാക്കയേയും അതിന്റെ കുഞ്ഞിനെയും പിടികൂടി.

"പറന്നുപോയി മരണജലവും ജീവജലവും കൊണ്ടു വരൂ മലങ്കാക്കേ" ചെന്നായ പറഞ്ഞു "എന്നാൽ ഞാൻ നിന്റെ കുഞ്ഞിനെ വിട്ടുതരാം."

മലങ്കാക്ക മരണജലവും ജീവജലവും അന്വേഷിച്ച് പറന്നു പോയി. അതിന് മറ്റു മാർഗ്ഗമൊന്നുമില്ലായിരുന്നു- കാക്കക്കുഞ്ഞ് അപ്പോഴും ചെന്നായയുടെ പിടിയിലിരിക്കുകയായിരുന്നല്ലോ. കുറേക്കഴിഞ്ഞ് അത് ജീവജലവും മരണജലവും കൊണ്ട് തിരിച്ചെത്തി. ചെന്നായ് ഇവാന്റെ മുറിവുകളിൽ മരണജലം പുരട്ടി. ഉടൻ തന്നെ അവ ഉണങ്ങി. പിന്നീട് അത് ജീവജലം ഇവാന്റെ മേൽ തളിച്ചു. ഉടൻ തന്നെ ഇവാന് ജീവൻ വീണു.

"ഞാൻ ചത്തതുപോലെ കിടന്നുറങ്ങി" ഇവാൻ രാജകുമാരൻ പറഞ്ഞു.

"അതെയതെ." ചെന്നായ പറഞ്ഞു. "ഞാനെത്തിയില്ലായിരുന്നെങ്കിൽ ആ ഉറക്കത്തിൽ നിന്ന് അങ്ങ് ഒരിക്കലും ഉണരുകയില്ലായിരുന്നു. അങ്ങയുടെ സ്വന്തം സഹോദരൻമാർ അങ്ങയെ വധിച്ചിട്ട് അങ്ങയുടെ നിധികൾ കൈവശപ്പെടുത്തി. ഇനി സമയം കളയാതെ എന്റെ പുറത്തു കയറിക്കോളൂ."

അവർ അതിവേഗം പാഞ്ഞുപോയി. ഇവാന്റെ സഹോദരന്മാരോടൊപ്പം എത്തി. ചെന്നായ അവരെ രണ്ടുപേരെയും കഷ്ണം കഷ്ണമായി പിച്ചിച്ചീന്തി. വെളിപ്രദേശത്ത് വിതറിയിട്ടു.

ഇവാൻ രാജകുമാരൻ ചെന്നായയെ നമസ്ക്കരിച്ചിട്ട് എന്നെന്നേക്കുമായി അതിനോടു വിടവാങ്ങി.

ഇവാൻ രാജകുമാരൻ സ്വർണ്ണക്കുഞ്ചിരോമമുള്ള കുതിരപ്പുറത്തു കയറി അച്ഛന് തീപ്പക്ഷിയേയും തനിക്ക് ഒരു വധുവിനെയും കൊണ്ട്

കൊട്ടാരത്തിലെത്തി. ചെന്നായ് തന്നെ സഹായിച്ചതും സ്വന്തം സഹോദരൻമാർ തന്നെ വധിച്ചതും ചെന്നായ് അവരെ കടിച്ചുചീന്തിയതും ഇവാൻ രാജാവിനോട് വിവരിച്ചു പറഞ്ഞു.

ആദ്യം ബെരേന്ദേയ് രാജാവ് കഠിനമായി ദുഃഖിച്ചു. ഇവാൻ രാജകുമാരൻ സുന്ദരിയായ യെലേനയെ വിവാഹം ചെയ്ത് സുഖമായി താമസിച്ചു

●

തവള രാജകുമാരി

പണ്ടു പണ്ട് ഒരു രാജാവിന് മൂന്നു പുത്രൻമാർ ഉണ്ടായിരുന്നു. പുത്രൻമാർക്ക് വിവാഹപ്രായമെത്തിയപ്പോൾ രാജാവ് അവരെ വിളിച്ച് ഇങ്ങനെ പറഞ്ഞു. "മക്കളെ എനിക്ക് പേരക്കിടാങ്ങളെ കണ്ടിട്ടാവണം മരിക്കാൻ. അതുകൊണ്ട് നിങ്ങൾ വിവാഹം ചെയ്യണം"

പുത്രൻമാർ പറഞ്ഞു. "അങ്ങനെയാകട്ടെ, അച്ഛാ ഞങ്ങൾ ആരെയാണ് കല്യാണം കഴിക്കേണ്ടത്?"

"നിങ്ങൾ ഓരോരുത്തരും ഓരോ അമ്പ് എടുത്തുകൊണ്ട് പുൽത്തകിടിയിൽ പോയി എയ്യണം. അമ്പു ചെന്നു വീഴുന്നിടത്ത് നിങ്ങൾ വധുക്കളെ കണ്ടുമുട്ടും."

മക്കൾ പിതാവിനെ വന്ദിച്ചിട്ട് ഓരോ അമ്പുമെടുത്തുകൊണ്ട് പുൽത്തകിടിയിലേക്ക് പോയി. അവിടെ അവർ ഞാൺ വലിച്ച് അമ്പെയ്തു. മൂത്തമകന്റെ അമ്പു വീണത് ഒരു പ്രഭുവിന്റെ മുറ്റത്താണ്. പ്രഭുവിന്റെ മകൾ അത് കയ്യിലെടുത്തു. രണ്ടാമത്തെ മകന്റെ അമ്പു വീണത് ഒരു കച്ചവടക്കാരന്റെ വീട്ടുമുറ്റത്താണ്. കച്ചവടക്കാരന്റെ പുത്രി അതെടുത്തു.

എന്നാൽ ഇളയമകനായ ഇവാൻ രാജകുമാരന്റെ അമ്പ് പാഞ്ഞുപോയി എവിടെയോ അപ്രത്യക്ഷമായി .രാജകുമാരൻ അതന്വേഷിച്ച് വളരെ ദൂരം നടന്ന് ഒടുവിൽ അവൻ ഒരു ചതുപ്പ നിലത്തിലെത്തിച്ചേർന്നു. അവിടെ ഒരു ഇലയിൽ തന്റെ അമ്പും

കടിച്ചുപിടിച്ചുകൊണ്ട് ഒരു തവള ഇരിക്കുന്നത് രാജകുമാരൻ കണ്ടു. ഇവാൻ രാജകുമാരൻ തവളയോട് ഇങ്ങനെ പറഞ്ഞു.

"തവളേ, തവളേ, എന്റെ അമ്പ് മടക്കിതരൂ."

തവള പറഞ്ഞു.

"എന്നെ കല്യാണം കഴിക്കൂ!"

"ഞാൻ ഒരു തവളയെ കല്യാണം കഴിക്കുന്നത് എങ്ങിനെയാണ്?"

"എന്നെ കല്യാണം കഴിക്കൂ. അതാണ് നിങ്ങളുടെ തലയിലെഴുത്ത്."

ഇവാൻ രാജകുമാരന് കഠിനമായ ദുഃഖവും നിരാശയും തോന്നിയെങ്കിലും മറ്റു മാർഗ്ഗമൊന്നുമില്ലായിരുന്നു. അവൻ തവളയെ എടുത്ത് വീട്ടിൽ കൊണ്ടുപോയി. രാജാവ് മൂന്നു വിവാഹങ്ങൾ ആഘോഷിച്ചു. മൂത്തമകൻ പ്രഭുകുമാരിയെ വിവാഹം ചെയ്തു. രണ്ടാമൻ കച്ചവടക്കാരന്റെ പുത്രിയെ വിവാഹം ചെയ്തു. പാവം ഇവാൻ രാജകുമാരൻ തവളയെ വിവാഹം ചെയ്തു.

ഒരു ദിവസം രാജാവ് പുത്രൻമാരെ വിളിച്ചു പറഞ്ഞു.

"നിങ്ങളിൽ ആരുടെ ഭാര്യയ്ക്കാണ് തുന്നൽപ്പണിയിൽ കൂടുതൽ വൈദഗ്ധ്യം എന്നു ഞാൻ നോക്കട്ടെ. നാളെ നേരം വെളുക്കുമ്പോഴേക്ക് അവർ ഓരോരുത്തരും എനിക്ക് ഓരോ കുപ്പായം തുന്നണം."

പുത്രൻമാർ അച്ഛനെ വന്ദിച്ചിട്ട് അവിടെനിന്നിറങ്ങി.

ഇവാൻ രാജകുമാരൻ വീട്ടിൽ ചെന്ന് ദുഃഖിതനായി ഒരു മൂലയിൽ ഇരുന്നു. തവള ചാടിച്ചാടി വന്ന് ചോദിച്ചു.

"ഇവാൻ രാജകുമാരാ, നിങ്ങൾക്ക് എന്താണിത്ര ദുഃഖം? എന്തെങ്കിലും ആപത്തിലകപ്പെട്ടോ?"

"നാളെ നേരെ വെളുക്കുമ്പോൾ നീ എന്റെ അച്ഛന് ഒരു കുപ്പായം തുന്നിക്കൊടുക്കണമെന്ന് അദ്ദേഹം ആവശ്യപ്പെട്ടിരിക്കുന്നു."

തവള പറഞ്ഞു.

"വ്യസനിക്കേണ്ട ഇവാൻ രാജകുമാരാ, പോയി ഉറങ്ങൂ, രാത്രിയിൽ എന്തെങ്കിലും വഴിയുണ്ടാകും."

ഇവാൻ രാജകുമാരൻ ഉറങ്ങി. തവള വാതിൽപ്പടിയിന്മേൽ ചാടിക്കയറിയിട്ട് അതിന്റെ തൊലി അഴിച്ചുമാറ്റി. ഉടൻ തന്നെ അത് ബുദ്ധിമതിയായ വസിലീസ രാജകുമാരിയായി മാറി. അവൾ

അതിസുന്ദരിയായിരുന്നു.

അവൾ കൈക്കൊട്ടിക്കൊണ്ട് വിളിച്ചുപറഞ്ഞു.

"ദാസിമാരേ, തയ്യാറെടുക്കൂ. പണിയെടുക്കൂ! നാളെ നേരം വെളുക്കുമ്പോഴേക്കും എന്റെ അച്ഛൻ ധരിച്ചിരുന്ന മാതിരിയുള്ള ഒരു കുപ്പായം തുന്നി എന്നെ ഏൽപിക്കണം! "

പിറ്റേന്ന് രാവിലെ ഇവാൻ രാജകുമാരൻ ഉണർന്നെണീറ്റപ്പോൾ തവള പതിവുപോലെ തറയിൽ ചാടിച്ചാടി നടക്കുന്നുണ്ടായിരുന്നു. മേശപ്പുറത്ത് ഒരു ലിനൻ തുവാലയിൽ ഒരു കുപ്പായം ഇരിക്കുന്നു! ഇവാൻ രാജകുമാരന് സന്തോഷമായി. അവൻ കുപ്പായമെടുത്തുകൊണ്ട് പിതാവിന്റെയടുത്തേക്ക് തിരിച്ചു. അവൻ അവിടെയെത്തിയപ്പോൾ രാജാവ് മറ്റു രണ്ടു പുത്രന്മാരുടെസമ്മാനം സ്വീകരിക്കുകയായിരുന്നു. മൂത്തമകൻ കൊണ്ടു ചെന്ന കുപ്പായം നോക്കിയിട്ട് രാജാവ് പറഞ്ഞു.

"എന്റെ ഭൃത്യന്മാരിലൊരുവന് ഇടാൻ കൊള്ളാം."

രണ്ടാമത്തെ മകൻ കൊണ്ടുചെന്ന കുപ്പായം നോക്കിയിട്ട് അദ്ദേഹം പറഞ്ഞു.

"ഇതു വല്ല കളിപ്പുരയിലും ഉപോയിക്കാനേ കൊള്ളൂ."

ഇവാൻ രാജകുമാരൻ കുപ്പായം നിവർത്തിവെച്ചു. സ്വർണ്ണനൂലും വെള്ളിനൂലും കൊണ്ട് ചിത്രവേലകൾ തുന്നിപ്പിടിപ്പിച്ചിട്ടുള്ള ആ കുപ്പായം ഒന്നു നോക്കിയിട്ട് രാജാവ് പറഞ്ഞു.

"ഇത് നല്ലൊരു കുപ്പായമാണ്. വിശേഷദിവസങ്ങളിൽ ഞാനിതു ധരിക്കും."

മൂത്ത സഹാദരൻമാർ ഇരുവരും വീട്ടിലേക്ക് മടങ്ങുംവഴി സംസാരിച്ചു.

"ഇവാന്റെ ഭാര്യയെ നമ്മൾ പരിഹസിച്ചത് വെറുതെയാണ്. അവൾ ഒരു തവളയല്ല. ഒരു മന്ത്രവാദിയാണ്."

രാജാവ് വീണ്ടും പുത്രൻമാരെ വിളിച്ചു.

"നാളെ രാവിലെ നിങ്ങളുടെ ഭാര്യമാർ എനിക്ക് ഓരോ അപ്പം ചുട്ടുതരാൻ പറയണം," അദ്ദേഹം പറഞ്ഞു. "ആരാണ് നല്ല പാചകക്കാരിയെന്ന് നോക്കട്ടെ."

ഇവാൻ കൂടുതൽ ദുഃഖിതനായാണ് വീട്ടിലെത്തിയത്. തവള

ചോദിച്ചു.

"നിങ്ങൾക്ക് എന്താണ് ഇത്ര സങ്കടം രാജകുമാരാ?"

"നാളെ രാവിലെ രാജാവിന് ഒരപ്പം ചുട്ടുകൊടുക്കണം," ഭർത്താവ് പറഞ്ഞു.

"വ്യസനിക്കണ്ട, രാജകുമാരാ ഉറങ്ങിക്കൊള്ളൂ. രാത്രി എന്തെങ്കിലും ഒരു വഴിയുണ്ടാക്കാം."

മറ്റു രണ്ടു വധുക്കളും തവളയെ കളിയാക്കിയെങ്കിലും ഇപ്പോൾ തവള അപ്പം ചുടുന്നതെങ്ങിനെയെന്നു നോക്കി പഠിക്കാൻ ഒരു വൃദ്ധയെ നിയോഗിച്ചു.

തവള സൂത്രശാലിനിയായിരുന്നു. അവരുടെ ഉദ്ദേശം അതിനു മനസ്സിലായി. അതു കുറെ മാവ് കുഴച്ച് അടുപ്പിലേക്ക് കമിഴ്ത്തി. വൃദ്ധ മൂത്ത വധുക്കളുടെ അടുത്ത് ഓടിയെത്തി. ഈ വിവരം പറഞ്ഞു. തവള ചെയ്തതുപോലെ തന്നെ അവരും ചെയ്തു.

പിന്നീട് തവള വാതിൽപ്പടിയിന്മേൽ ചാടിക്കയറി. ബുദ്ധിമതിയായ വസിലീനയായി മാറി. അവൾ കൈകൊട്ടിയിട്ട് വിളിച്ചു പറഞ്ഞു.

"ദാസിമാരെ, തയ്യാറാകൂ, പണിയെടുക്കൂ! ഞാൻ വീട്ടിൽ വച്ച് തിന്നാറുള്ള തരം ഒരപ്പം നാളെ രാവിലെ തയ്യാറായിരിക്കണം."

രാവിലെ ഇവാൻ രാജകുമാരൻ ഉണർന്നപ്പോൾ മേശപ്പുറത്ത് വളരെ മനോഹരമായി നിർമ്മിക്കപ്പെട്ട ഒരപ്പം ഇരിക്കുന്നതു കണ്ടു. അതിന്റെ വശങ്ങൾ വിചിത്ര രൂപങ്ങളെക്കൊണ്ടും മുകൾ ഭാഗം മനോഹരങ്ങളായ നഗരങ്ങളുടെ ചിത്രങ്ങളെക്കൊണ്ടും സമാലംകൃതമായിരുന്നു.

ഇവാൻ രാജകുമാരൻ അതിയായി സന്തോഷിച്ചു. ഒരു ലിനൻ തുവാലയിൽ പൊതിഞ്ഞ് അപ്പം അവൻ അച്ഛന്റെയടുത്തു കൊണ്ടു ചെന്നു. രാജാവ് ആ സ്ഥലത്ത് മൂത്ത രണ്ടു പുത്രന്മാരുടെ അപ്പങ്ങൾ സ്വീകരിക്കയായിരുന്നു. അവരുടെ ഭാര്യമാർ വൃദ്ധ പറഞ്ഞതനുസരിച്ച് മാവുകുഴച്ച് അടുപ്പിലിട്ടു. കരിഞ്ഞ കുറെ മാവാണ് അവർക്ക് അപ്പത്തിന് പകരം ലഭിച്ചത്. മൂത്ത മകൻ കൊണ്ടുചെന്ന അപ്പം ഒന്നു നോക്കിയിട്ട് രാജാവ് അത് ഭൃത്യന്മാരുടെ പാർപ്പിടത്തിലേക്ക് കൊണ്ടുപോകാൻ കല്പിച്ചു. രണ്ടാമത്തെ മകൻ കൊണ്ടു ചെന്ന അപ്പവും അദ്ദേഹം അങ്ങനെതന്നെ ചെയ്തു. എന്നാൽ ഇവാൻ

രാജകുമാരൻ കൊണ്ടു ചെന്ന അപ്പം വാങ്ങിയിട്ട് രാജാവ് ഇങ്ങനെ പറഞ്ഞു.

"ഇതാ, ഇത് ഒന്നാന്തരം ഒരപ്പമാണ്. വിശേഷദിവസങ്ങളിൽ മാത്രം തിന്നാനുള്ള വിശിഷ്ടമായ അപ്പം."

പിറ്റെ ദിവസം ഒരു വിരുന്നിന് ഭാര്യമാരെയും കൂട്ടി വരാൻ അദ്ദേഹം പുത്രന്മാരോട് പറഞ്ഞു.

ഇവാൻ രാജകുമാരൻ വിഷാദഭരിതനായിട്ടാണ് വീണ്ടും വീട്ടിലെത്തിയത്. തവള ചാടി അടുത്തുചെന്ന് ചോദിച്ചു.

"ക്ര ക്ര, ഇവാൻ രാജകുമാരൻ എന്താണിത്ര സങ്കടം. അച്ഛൻ എന്തെങ്കിലും വഴക്കു പറഞ്ഞോ?"

"തവളേ, എന്റെ തവളേ ഞാൻ എങ്ങിനെ സങ്കടപ്പെടാതിരിക്കും? നാളത്തെ സദ്യക്ക് നിന്നേയുംകൂടെ കൊണ്ടുചെല്ലണമെന്നാണ് അച്ഛൻ കല്പിച്ചിരിക്കുന്നത്. പക്ഷേ നീ എങ്ങിനെയാണ് എന്റെ ഭാര്യയായി ആളുകളുടെ മുമ്പിൽ പ്രത്യക്ഷപ്പെടുന്നത്."

"വിഷമിക്കേണ്ട ഇവാൻ രാജകുമാരാ, " തവള പറഞ്ഞു. "നിങ്ങൾ ഒറ്റയ്ക്കു വിരുന്നിനു പോകണം. ഞാൻ പിന്നീട് വന്നുകൊള്ളാം. ഭയങ്കര തട്ടലും മുട്ടലും കേൾക്കുകയാണെങ്കിൽ അങ്ങ് പേടിക്കേണ്ട, തവള പെട്ടിയിൽക്കയറി വരുന്ന ശബ്ദമാണെന്ന് ആരെങ്കിലും ചോദിച്ചാൽ പറയണം."

പിറ്റേന്ന് ഇവാൻ ഒറ്റയ്ക്ക് പോയി. കവിളിൽ ചായവും പൗഡറും പൂശി. വിലപിടിച്ച വസ്ത്രങ്ങൾ ധരിച്ച് അണിഞ്ഞൊരുങ്ങിയ ഭാര്യമാരോടൊപ്പം അവന്റെ സഹോദരങ്ങൾ കുതിരവണ്ടികളിൽ വന്നിറങ്ങി. അവർ ഇവാൻ രാജകുമാരനെ പരിഹസിച്ചു.

"നീ എന്താ ഭാര്യയെ കൊണ്ടുവരാതിരുന്നത്? ഉറുമാലിൽ പൊതിഞ്ഞു നിനക്കവളെ കൊണ്ടു വരാമായിരുന്നു. ആ സുന്ദരിയെ നിനക്ക് എവിടുന്ന് കിട്ടി? നീ ചതുപ്പായ ചതുപ്പു മുഴുവൻ അവൾക്ക് വേണ്ടി തിരഞ്ഞെന്നു തോന്നുന്നു.

ഓക്കുതടികൊണ്ടുണ്ടാക്കി, ഭംഗിയുള്ള വിരിപ്പിട്ട മേശയ്ക്കു ചുറ്റും രാജാവും പുത്രന്മാരും പുത്രവധുക്കളും അതിഥികളും ഇരുന്നു. പെട്ടെന്ന് തട്ടലും മുട്ടലുംകൊണ്ട് കൊട്ടാരം ആകെ കുലുങ്ങി. അതിഥികൾ പേടിച്ച് എഴുന്നേറ്റു. അപ്പോൾ ഇവാൻ രാജകുമാരൻ പറഞ്ഞു.

"മാന്യരെ, ആരും പേടിക്കേണ്ട. ഇത് എന്റെ തവള അവളുടെ

പെട്ടിയിൽക്കയറി വരുന്ന ശബ്ദമാണ്."

ആറു വെള്ളക്കുതിരകളെ പൂട്ടിയ സ്വർണ്ണം പൂശിയ ഒരു രഥം കൊട്ടാരത്തിന്റെ കവാടത്തിൽ എത്തി. ബുദ്ധിമതിയായ വസിലീസ അതിൽ നിന്നിറങ്ങി. ആകാശനീലിമയാർന്ന അവളുടെ കുപ്പായം നക്ഷത്രഖചിതമായിരുന്നു. അവളുടെ തലമുടിയിൽ ഇരുന്ന് ചന്ദ്രക്കല പ്രകാശിച്ചു. അവൾ പുലർകാലത്തെ ആകാശം പോലെ മനോഹരി യായിരുന്നു. അത്ര സുന്ദരിയായ് മറ്റൊരുവൾ അന്നോളം ജനിച്ചിട്ടില്ല. അവൾ ഇവാൻ രാജകുമാരനെ കൈപിടിച്ച് ഭംഗിയുള്ള വിരിപ്പിട്ട ഓക്കുമേശയ്ക്കരികിലേക്ക് കൊണ്ടു പോയി.

അതിഥികൾ തീനും കുടിയും തുടങ്ങി. ബുദ്ധിമതിയായ വസിലീസ ഗ്ലാസിൽനിന്ന് വീഞ്ഞ് കുടിച്ചിട്ട് മട്ട് കുപ്പായത്തിന്റെ ഇടത്തെ കയ്യുടെ ഉള്ളിലേയ്ക്കൊഴിച്ചു. പിന്നീട് അവൾ കുറച്ച് അരയന്നമാംസം ഭക്ഷി ച്ചിട്ട് എല്ലുകൾ വലത്തെ കുപ്പായക്കയ്യിൽ ഇട്ടു.

മൂത്ത രാജകുമാരന്മാരുടെ ഭാര്യമാർ ഇതുകണ്ടു. അവരും അങ്ങനെ ചെയ്തു.

തീറ്റിയും കുടിയും കഴിഞ്ഞ് എല്ലാവരും നൃത്തത്തിനു തയ്യാറായി ബുദ്ധിമതിയായ വസിലീസ ഇവാൻ രാജകുമാരനോടൊപ്പം നൃത്തം ചെയ്തു. അവളുടെ നൃത്തം കണ്ട് എല്ലാവരും അത്ഭുതപ്പെട്ടു. അവൾ ഇടത്തു കൈ വീശി - അവിടെ ഒരു തടാകം ഉണ്ടായി.

അവൾ വലതുകൈ വീശി - ഉടൻതന്നെ വെളുത്ത അരയന്നങ്ങൾ തടാകത്തിൽ നീന്തിക്കളിച്ചുതുടങ്ങി. രാജാവും അതിഥികളും വിസ്മ യസ്തബ്ധരായി.

പിന്നീട് മൂത്ത വധുക്കൾ രണ്ടുപേരും നൃത്തത്തിനിറങ്ങി അവർ ഒരു കൈ വീശി. പക്ഷെ വീഞ്ഞ് അതിഥികളുടെ മേൽ തെറിക്കു കമാത്രമാണുണ്ടായത്. അവർ മറ്റെ കൈ വീശിയപ്പോൾ എല്ലുകഷ്ണ ങ്ങൾ തെറിച്ചുവീണു. ഒരെല്ല് രാജാവിന്റെ കണ്ണിൽ ചെന്നുകൊണ്ടു. അദ്ദേഹം കോപിച്ച് അവരെ രണ്ടുപേരെയും അവിടെ നിന്ന് ഓടിച്ചു.

ഇതിനിടയ്ക്ക് ഇവാൻ രാജകുമാരൻ ആരും കാണാതെ വീട്ടിലേക്ക് പോയി. അവിടെ കണ്ട തവളത്തൊലി അവൻ തീയിലിട്ടു കരിച്ചുക ളഞ്ഞു.

ബുദ്ധിമതിയായ വസിലീസ മടങ്ങിയെത്തി. തവളത്തൊലി തിരഞ്ഞു. അവൾക്ക് അതു കണ്ടുകിട്ടിയില്ല. അവൾ ഒരു

ബെഞ്ചിലിരുന്ന് കണ്ണുനീർ തൂകിക്കൊണ്ട് ഇവാനോട് പറഞ്ഞു.

"ഹാ, ഇവാൻ രാജകുമാരാ നിങ്ങളെന്താണീ ചെയ്തത്! മൂന്നു ദിവസം കൂടി ക്ഷമിച്ചിരുന്നെങ്കിൽ ഞാൻ എന്നെന്നേയ്ക്കുമായി നിങ്ങളുടേതാകുമായിരുന്നു. ഒമ്പതാംകരയ്ക്കപ്പുറമുള്ള മുപ്പതാം രാജ്യത്ത് എന്നെ തിരയൂ. ചിരംജീവിയായ കൊഷ്ചേയുടെ നാടാണ് അത്."

ഇങ്ങനെ പറഞ്ഞിട്ട് വസിലീസ ഒരു കരിങ്കുയിലായി ജനലിലൂടെ പുറത്തേക്ക് പറന്നുപോയി. ഇവാൻ രാജകുമാരൻ വളരെനേരം ഇരുന്നു കരഞ്ഞു. പിന്നീട് എഴുന്നേറ്റ് നാലുദിക്കുകളെയും തലകുനിച്ച് വന്ദിച്ചിട്ട് ഭാര്യയെ അന്വേഷിച്ച് മുമ്പോട്ടു നടന്നു. താൻ പോകുന്നത് എങ്ങോട്ടാണെന്ന് അവനുതന്നെ നിശ്ചയമില്ലായിരുന്നു. അവൻ എത്ര കാലം നടന്നുവെന്നോ എത്ര ദൂരം നടന്നുവെന്നോ പറയാൻ കഴിയുകയില്ല. എന്നാൽ അവന്റെ ബൂട്ടുകളുടെ അടിവശം മുഴുവൻ തേഞ്ഞുപോയെന്നും കുപ്പായത്തിൽ കൈമുട്ടുകളുടെ ഭാഗത്തെ നൂലുകൾ മുഴുവൻ പൊട്ടിപ്പോയെന്നും മഴനനഞ്ഞ് തൊപ്പി കീറിപ്പറിഞ്ഞെന്നും നമുക്ക് അറിയാം. ഒടുവിൽ ഒരു പടു വൃദ്ധനെ അവൻ കണ്ടുമുട്ടി. വൃദ്ധന് വലിപ്പം തീരെ കുറവായിരുന്നു.

"എങ്ങോട്ടാണ്?" വൃദ്ധൻ ഇവാനോട് ചോദിച്ചു.

"എന്താണ് നിന്റെ ഉദ്ദേശം?"

ഇവാൻ രാജകുമാരൻ തനിക്ക് നേരിട്ട വിപത്തിനെപ്പറ്റി വൃദ്ധനോട് പറഞ്ഞു.

"ഇവാൻ രാജകുമാരാ അങ്ങെന്തിനാണ് ആ തവളത്തോലി കത്തിച്ചുകളഞ്ഞത്?" കൊച്ചു വൃദ്ധൻ ചോദിച്ചു. "അതു സൂക്ഷിച്ചു വെയ്ക്കാനോ കളയാനോ അങ്ങേയ്ക്ക് അവകാശമെന്തായിരുന്നു? ബുദ്ധിമതിയായ വസിലീസ ബുദ്ധിശക്തിയിൽ അവളുടെ പിതാവിനെ അതിശയിച്ചു. അത് അദ്ദേഹത്തെ ശുണ്ഠിപിടിപ്പിച്ചു. അദ്ദേഹം മകളെ മന്നു വർഷക്കാലത്തേക്ക് ഒരു തവളയാക്കി മാറ്റി. അല്ലെങ്കിൽ ഇനി അതേപ്പറ്റി പറഞ്ഞിട്ട് കാര്യമില്ലല്ലോ ഈ ഉണ്ടനൂൽ എടുത്തോളൂ. അത് ഉരുണ്ടുപോകുന്ന വഴിയെ നിർഭയം അങ്ങ് സഞ്ചരിക്കൂ."

ഇവാൻ രാജകുമാരൻ വൃദ്ധനോട് നന്ദി പറഞ്ഞിട്ട് ഉണ്ടനൂല് ഉരുണ്ടുപോയ വഴിയെ നടന്നുതുടങ്ങി. അത് വളരെ ദൂരം ഉരുണ്ടുപോയി. ഇവാനും പുറകേ പോയി. വെളിപ്രദേശത്ത് ഒരു കരടി നിൽക്കുന്നത് അവൻ കണ്ടു. അവൻ ഉന്നംപിടിച്ച് അതിനെ കൊല്ലാൻ തയ്യാറായി. ഉടൻതന്നെ അത് മനുഷ്യശബ്ദത്തിൽ ഇങ്ങനെ പറഞ്ഞു.

"ഇവാൻ രാജകുമാരാ, എന്നെ കൊല്ലരുതേ, എന്നെങ്കിലുമൊരിക്കൽ എന്നെക്കൊണ്ട് അങ്ങേക്ക് ഉപകാരമുണ്ടാകും."

ഇവാൻ കരടിയെ ഉപദ്രവിക്കാതെ മുമ്പോട്ടു പോയി. പെട്ടെന്ന് മുകളിൽ ഒരു പൂവൻതാറാവ് പറന്നുപോകുന്നത് അവൻ കണ്ടു. അതിനെ എയ്തു വീഴ്ത്താൻ ഉന്നം പിടിച്ചപ്പോൾ അതു മനുഷ്യശബ്ദത്തിൽ ഇങ്ങനെ പറഞ്ഞു.

"ഇവാൻ രാജകുമാരാ എന്നെ കൊല്ലരുതേ എന്നെക്കൊണ്ട് എന്നെങ്കിലും അങ്ങേക്ക് ഉപകാരമുണ്ടാകും."

അവൻ താറാവിനെ കൊല്ലാതെ മുമ്പോട്ടു പോയി. ഒരു മുയൽ ആ വഴി ഓടി. അതിനെ കൊല്ലാനായി ഇവാൻ വില്ലും ഞാണും കൈയിലെടുത്തു. ഉടൻതന്നെ മുയൽ മനുഷ്യശബ്ദത്തിൽ ഇങ്ങനെ പറഞ്ഞു.

"ഇവാൻ രാജകുമാരാ, എന്നെ കൊല്ലരുതേ, എന്നെങ്കിലും എന്നെക്കൊണ്ട് ഉപകാരമുണ്ടാകും."

അവൻ മുയലിനെ കൊല്ലാതെ വീണ്ടും നടന്നു. അവൻ നടന്ന് നടന്ന് നീലസമുദ്രത്തിന്റെ കരയിലെത്തി. അവിടെ മണലിൽ ഒരു പൈക്ക് മത്സ്യം കിടന്ന് പിടയ്ക്കുന്നുണ്ടായിരുന്നു.

"ഹാ, ഇവാൻ രാജകുമാരാ!" പൈക്ക് പറഞ്ഞു. "എന്നോട് കരുണ കാണിക്കണേ! എന്നെ നീലസമുദ്രത്തിലേക്ക് എടുത്തിടൂ!"

ഇവാൻ പൈക്കിനെ വെള്ളത്തിലേക്കിട്ടിട്ട് സമുദ്രതീരത്തുകൂടെ നടന്നു. ഒടുവിൽ ഉണ്ടനൂൽ ഒരു കാട്ടിലെത്തി. അവിടെ കോഴിക്കാലിന്മേൽ തിരിഞ്ഞുകൊണ്ടിരിക്കുന്ന ഒരു കുടിൽ ഉണ്ടായിരുന്നു.

"കുഞ്ഞിക്കുടിലേ കുഞ്ഞിക്കുടിലേ, നിന്റെ പുറകുവശം മരങ്ങളുടെ നേരെ തിരിച്ചിട്ട് മുൻവശം എന്റെ നേരെ തിരിക്കൂ."

കുടിൽ പുറകുവശം മരങ്ങളുടെ നേരെ തിരിച്ചിട്ട് മുൻവശം ഇവാന്റെ നേർക്ക് തിരിച്ചു. ഇവാൻ രാജകുമാരൻ കുടിലിനുള്ളിലേയ്ക്ക് കയറി. അവിടെ പുകക്കുഴലിന്റെ അടുത്ത് ബാബയഗാ എന്ന മന്ത്രവാദിനി ഇരുന്നിരുന്നു. അവളുടെ കയ്യിൽ ഒരു പുല്ലും ഒരു ചുള്ളിക്കമ്പും ഉണ്ടായിരുന്നു. മരക്കുറ്റിപോലത്തെ മൂക്കുള്ള ഒരു കിഴവിയായിരുന്നു അവൾ. ഇവാനെ കണ്ടയുടൻ ബാബയഗാ പറഞ്ഞു.

"ഹാ ഹാ, റഷ്യൻ രക്തം, ഞാനിതുവരെ കണ്ടുമുട്ടിയില്ലാത്തതാണ്. ഇപ്പോൾ എന്റെ വാതുക്കൽ എനിക്ക് അതിന്റെ മണം വരുന്നു.

ആരാണ് വന്നിരിക്കുന്നത്? എവിടുന്നാണ്? എങ്ങോട്ടാണ്?"

"മര്യാദ കെട്ട കിഴവി." ഇവാൻ തിരിച്ചടിച്ചു. "നീ എനിക്ക് തിന്നാനും കുടിക്കാനും തന്ന് കുളിമുറിയിൽ കയറ്റി ആവിയിൽ കുളിപ്പിച്ചുകഴിഞ്ഞിട്ടുവേണം ഇങ്ങനെ ചോദ്യങ്ങൾ ചോദിക്കാൻ."

ബാബയഗാ അവനെ ആവിയിൽ കുളിപ്പിച്ച് അവന് മാംസവും പാനീയങ്ങളും കൊടുത്തു. വിശ്രമിക്കാൻ കിടക്കയിൽ കിടത്തി. താൻ തന്റെ ഭാര്യയെ ബുദ്ധിമതിയായ വസിലീസയെ അന്വേഷിച്ചു നടക്കുകയാണെന്ന് ഇവാൻ ബാബയഗായോടു പറഞ്ഞു.

"നിന്റെ ഭാര്യ ഇപ്പോൾ ചിരംജീവിയായ കൊഷ്ചേരുടെ അധീനതത്തിലാണ്." ബാബയഗാ പറഞ്ഞു. "അവളെ തിരിച്ചുകൊണ്ടുവരാൻ വളരെ പ്രയാസമാണ്. കൊഷ്ചേയ് നിന്നേക്കാൾ ശക്തനായ എതിരാളിയാണ്. കൊഷ്ചേയുടെ ജീവൻ കുടികൊള്ളുന്നത് ഒരു സൂചിയുടെ അറ്റത്താണ്. ആ സൂചി ഒരു മുട്ടയുടെ ഉള്ളിലും മുട്ട ഒരു പിടത്താറാവിന്റെ ഉള്ളിലും താറാവ് ഒരു മുയലിന്റെ ഉള്ളിലും മുയൽ കല്ലുകൊണ്ടാണ്ടാക്കിയ ഒരു പേടകത്തിലും പേടകം ഒരു പൊക്കമുള്ള ഓക്കുമരത്തിന്റെ മുകളിലുമാണ് സ്ഥിതി ചെയ്യുന്നത്. ചിരംജീവിയായ കൊഷ്ചേയ് ആ മരം കണ്ണിലെ കൃഷ്ണമണിപോലെ കാത്തു സൂക്ഷിക്കുന്നു."

ഇവാൻ രാജകുമാരൻ അന്നു രാത്രി ബാബയഗായുടെ വീട്ടിൽ താമസിച്ചു. പിറ്റേന്ന് രാവിലെ ബാബയഗാ അവന് പൊക്കമുള്ള ഓക്കുമരത്തിടുത്തെത്താനുള്ള വഴി പറഞ്ഞുകൊടുത്തു. അവൻ എത്ര ദൂരം നടന്നെന്ന് നമുക്കറിയില്ല. ഒടുവിൽ അവൻ ആ പൊക്കമുള്ള ഓക്കുമരത്തിന്റെ ചുവട്ടിലെത്തി. അതിന്റെ മുകളിൽ പേടകം ഇരുന്നിരുന്നു. പക്ഷെ അതെടുക്കാൻ നിവൃത്തിയുണ്ടായിരുന്നില്ല.

മുമ്പു കണ്ട കരടി പെട്ടെന്ന് അവിടെയെത്തി ആ മരം വേരോടെ പിഴുതു താഴെയിട്ടു. പേടകം താഴെ വീണ് താനെ തുറന്നു. പേടകത്തിനുള്ളിൽ നിന്ന് ഒരു മുയൽ ചാടിയിറങ്ങി. അതിവേഗം ഓടിത്തുടങ്ങി. എന്നാൽ ആദ്യം ഇവാൻ കണ്ട മുയൽ ഒരു നിമിഷത്തിനകം അതിന്റെ പിന്നാലെ ഓടി അതിനെ പിടിച്ച് പിച്ചിച്ചീന്തി അതിന്റെ വയറ്റിൽ നിന്നും ഒരു പിടത്താറാവ് പുറത്തു കടന്ന് ആകാശത്തിൽ പറന്നുയർന്നു. പൂവൻതാറാവ് മിന്നൽ വേഗത്തിൽ അതിന്റെ അടുത്തു പറന്നെത്തി അതിനെ ശക്തിയായി അടിച്ചു. ഉടൻതന്നെ പിടത്താറാവ് മുട്ടയിട്ടു. ആ മുട്ട ചെന്നുവീണത് നീല സമുദ്രത്തിലായിരുന്നു.

അതുകണ്ട് ഇവാൻ രാജാവ് അതിയായി ദുഃഖിച്ചു. കടലിൽ നിന്നും മുട്ട എങ്ങിനെ കണ്ടുപിടിക്കാനാണ്? എന്നാൽ പെട്ടെന്ന് പൈക്ക് മത്സ്യം മുട്ടയും കടിച്ചുപിടിച്ചുകൊണ്ട് പൊങ്ങി വന്നു. ഇവാൻ മുട്ടപൊളിച്ച് സൂചി പുറത്തെടുത്തു. അവൻ അത് ഒടിക്കാൻ ശ്രമിച്ചുതുടങ്ങി. അതു വളയുന്നതിനനുസരിച്ച് ചിരംജീവിയായ കൊഷ്ചേയ് ഞെളിയുകയും അലറുകയും ചെയ്തുകൊണ്ടിരുന്നു. ഒടുവിൽ ഇവാൻ രാജകുമാരൻ സൂചിയുടെ മുന ഒടിച്ചു താഴെയിട്ടു. കൊഷ്ചേയ് മരിച്ചു നിലംപതിച്ചു.

ഇവാൻ കൊഷ്ചേയുടെ വെള്ളക്കൽകൊട്ടാരത്തിലേക്ക് പോയി. ബുദ്ധിമതിയായ വസിലീസ ഓടിവന്ന് അവന്റെ തേൻചുണ്ടുകളിൽ ചുംബിച്ചു. ഇവാൻ രാജകുമാരനും ബുദ്ധിമതിയായ വസിലീസയും അവരുടെ വീട്ടിൽ തിരിച്ചെത്തി വാർദ്ധക്യം വരെ സുഖമായി ജീവിച്ചു

●

ചെമ്പൻ കുതിര

പണ്ടൊരിക്കൽ ഒരിടത്ത് ഒരു വൃദ്ധനും മൂന്ന് ആൺമക്കളും പാർത്തിരുന്നു. മൂത്ത പുത്രൻമാർ രണ്ടുപേരും യോഗ്യന്മാരും നല്ല വസ്ത്രം ധരിക്കാൻ ഇഷ്ടമുള്ളവരും പിടിപ്പുള്ള കൃഷിക്കാരുമായിരുന്നു. എന്നാൽ ഇളയ പുത്രനായ മണ്ടൻ ഇവാൻ ഇങ്ങനെയൊന്നും ആയിരുന്നില്ല. അടുപ്പിൻതിണ്ണയിൽ ചടഞ്ഞിരുന്നാണ് അവൻ അധികസമയവും കഴിച്ചത്. അവൻ പുറത്തിറങ്ങുന്നത് കാട്ടിൽപ്പോയി കൂൺ ശേഖരിക്കാൻ മാത്രമായിരുന്നു.

വൃദ്ധൻ മരിക്കാറായപ്പോൾ മൂന്നു പുത്രന്മാരും അടുത്തു വിളിച്ച് ഇങ്ങനെ പറഞ്ഞു.

"ഞാൻ മരിച്ചുകഴിഞ്ഞാൽ മൂന്നു ദിവസത്തേക്ക് എന്നും രാത്രി നിങ്ങൾ എന്റെ കുഴിമാടം സന്ദർശിച്ച് എനിക്ക് തിന്നാൻ കുറെ റൊട്ടി കൊണ്ടുവന്നു തരണം.

വൃദ്ധൻ മരിച്ചു. അയാളുടെ ശവസംസ്ക്കാരം കഴിഞ്ഞു. അന്നു രാത്രി കുഴിമാടത്തിൽ പോകേണ്ട ഊഴം ഏറ്റവും മൂത്ത സഹോദരന്റേതായിരുന്നു. എന്നാൽ അലസതകൊണ്ടോ അതോ പേടികൊണ്ടോയെന്ന് തീർച്ചയില്ല അയാൾ പോകാൻ മടിച്ചു. അയാൾ മണ്ടൻ

ഇവാനെ വിളിച്ച് ഇങ്ങനെ പറഞ്ഞു.

"ഇവാൻ എനിക്കു പകരം നീ ഇന്ന് അച്ഛന്റെ കുഴിമാടത്തിനടുത്ത് പോകണം. എന്താണ് സംഭവിക്കുന്നതെന്ന് അറിയാൻ അവൻ കുഴിമാടത്തിനടുത്ത് കാത്തിരുന്നു. കൃത്യം പാതിരായായപ്പോൾ കുഴിമാടത്തിലെ മണ്ണ് ഇരുവശത്തേക്കും മാറി. വൃദ്ധൻ എഴുന്നേറ്റുവന്ന് ചോദിച്ചു."

"ആരാണത്? എന്റെ മൂത്തമകനാണോ? റഷ്യ എങ്ങിനെയുണ്ട്? അവിടെ പട്ടികൾ കുരയ്ക്കുകയോ ചെന്നായ്ക്കൾ ഓരിയിടുകയോ കുട്ടികൾ കരയുകയോ ചെയ്യുന്നുണ്ടോ?"

ഇവാൻ മറുപടി പറഞ്ഞു.

"ഇതു അങ്ങയുടെ മകനാണ്. റഷ്യയിൽ എല്ലാം ശാന്തമാണ്."

"അച്ഛൻ ഇവാൻ കൊണ്ടു ചെന്ന റൊട്ടി വയറുനിറയെ തിന്നിട്ട് കുഴിമാടത്തിനുള്ളിൽ കയറി കിടന്നു. വഴിക്ക് കുറെ കൂൺ ശേഖരിച്ചിട്ട് ഇവാൻ വീട്ടിലെത്തി."

ഏറ്റവും മൂത്ത സഹോദരൻ അവനോട് ചോദിച്ചു.

"നീ നമ്മുടെ അച്ഛനെ കണ്ടോ?"

"കണ്ടു" ഇവാൻ പറഞ്ഞു.

"നീ കൊണ്ടുപോയ റൊട്ടി അച്ഛൻ തിന്നോ?"

"വയറു നിറയുന്നതുവരെ തിന്നു."

പിറ്റേദിവസം രണ്ടാമത്തെ സഹോദരന്റെ ഊഴമായിരുന്നു. അലസതകൊണ്ടും പേടികൊണ്ടോ അയാളും പോകാൻ മടിച്ചു. അയാൾ ഇവാനെ വിളിച്ച് ഇങ്ങനെ പറഞ്ഞു.

"എനിക്കു പകരം നീ ഇന്ന് രാത്രി അച്ഛന്റെ കുഴിമാടത്തിൽ പോകാമെങ്കിൽ നിനക്ക് ഞാൻ ഒരു ജോടി ചെരിപ്പുണ്ടാക്കിത്തരാം."

"ശരി " ഇവാൻ പറഞ്ഞു. "ഞാൻ പോകാം."

അവൻ കുറെ റൊട്ടിയും കൊണ്ട് അച്ഛന്റെ കുഴിമാടത്തിനരികിൽ കുത്തിയിരുന്നു. കൃത്യം പാതിരായായപ്പോൾ കുഴിമാടത്തിൽ നിന്നും മണ്ണ് ഇരുവശത്തേക്കും മാറ്റി വൃദ്ധൻ എണീറ്റു പുറത്തു വന്ന് ചോദിച്ചു.

"ആരാണത്?" എന്റെ രണ്ടാമത്തെ മകനാണോ? റഷ്യ എങ്ങിനെയുണ്ട്? പട്ടികൾ കുരയ്ക്കുകയോ ചെന്നായ്ക്കൾ ഓരിയിടുകയോ കുട്ടികൾ കരയുകയോ ചെയ്യുന്നുണ്ടോ?

"ഇത് അങ്ങയുടെ മകനാണ്. അച്ഛാ റഷ്യയിൽ എല്ലാം ശാന്തമാണ്."

ഇവാൻ കൊണ്ടു ചെന്ന റൊട്ടി വയർനിറയെ തിന്നിട്ട് വൃദ്ധൻ കുഴിമാടത്തിൽ കയറിക്കിടന്നു. വഴിക്ക് കുറെ കൂണും പറിച്ചുകൊണ്ട് ഇവാൻ വീട്ടിലെത്തി.

"അച്ഛൻ റൊട്ടി തിന്നോ? രണ്ടാമത്തെ സഹോദരൻ ചോദിച്ചു."

"വയറു നിറച്ച് തിന്നു." ഇവാൻ മറുപടി പറഞ്ഞു.

മൂന്നാംദിവസം രാത്രി കുഴിമാടത്തിൽ പോകേണ്ടത് ഇവാനായിരുന്നു. അവൻ സഹോദരന്മാരോട് പറഞ്ഞു. "രണ്ടു ദിവസം ഞാൻ അച്ഛന്റെ കുഴിമാടത്തിൽ പോയി. ഇനി നിങ്ങളാരെങ്കിലും പോകണം. ഞാൻ വീട്ടിലിരുന്ന് വിശ്രമിക്കട്ടെ."

"ഹേ അതു പറ്റില്ല."സഹോദരന്മാർ പറഞ്ഞു. "നിനക്ക് പോയി പരിചയമുണ്ടല്ലോ അതുകൊണ്ട് നീ തന്നെ പോകണം."

"ശരി. എന്നാൽ ഞാൻ പോകാം." ഇവാൻ സമ്മതിച്ചു.

അവൻ റൊട്ടിയും കൊണ്ട് കുഴിമാടത്തിലെത്തി. കൃത്യം പാതിരായായപ്പോൾ കുഴിമാടത്തിൽ നിന്നും മണ്ണ് ഇരുവശത്തേക്കും മാറ്റി. വൃദ്ധൻ എണീറ്റു പുറത്തു വന്ന് ചോദിച്ചു.

"ആരാണത്?" എന്റെ ഇളയ മകനാണോ? റഷ്യ എങ്ങിനെയുണ്ട്? പട്ടികൾ കുരയ്ക്കുകയോ ചെന്നായ്ക്കൾ ഓരിയിടുകയോ കുട്ടികൾ കരയുകയോ ചെയ്യുന്നുണ്ടോ?

"അച്ഛാ ഇതു ഞാനാണ്. അങ്ങയുടെ പുത്രനായ ഇവാനാണ്. റഷ്യയിൽ എല്ലാം ശാന്തമാണ്."

ഇവാൻ കൊണ്ടുചെന്ന റൊട്ടി മതിയാവോളം ഭക്ഷിച്ചിട്ട് അച്ഛൻ പറഞ്ഞു.

"ഇവാൻ എന്റെ ആജ്ഞ അനുസരിച്ചത് നീ മാത്രമാണ്. മൂന്നു രാത്രി എന്റെ കുഴിമാടത്തിൽ വരാൻ നിനക്ക് പേടിയില്ലായിരുന്നു. ഇപ്പോൾ നീ വെളിപ്രദേശത്തു പോയി ഇങ്ങനെ വിളിച്ചു പറയണം. ചെമ്പൻ കുതിരേ, നീ കേട്ടാലും, വന്നാലും അല്ലെങ്കിൽ ആപത്തു വന്നുഭവിച്ചിടും! കുതിര അടുത്തെത്തിയാൽ നീ അതിന്റെ വലത്തെ ചെവിയിൽ കയറി ഇടത്തെ ചെവിയിലൂടെ പുറത്തിറങ്ങണം. അപ്പോൾ നീ മറ്റാരേക്കാളും സുന്ദരനായ ഒരു യുവാവായിത്തീരും. എന്നിട്ട് കുതിരപ്പുറത്ത് കയറി ഇഷ്ടമുള്ളിടത്ത് പോകാം."

ഇവാൻ, അച്ഛൻ കൊടുത്ത കടിഞ്ഞാൺ വാങ്ങി അച്ഛനോട് കൃതജ്ഞത പ്രകടിപ്പിച്ചിട്ട് വീട്ടിലേക്ക് പോയി. വഴിയിൽ നിന്ന് പതിവുപോലെ കൂൺ ശേഖരിച്ചുകൊണ്ടാണ് അവൻ വീട്ടിലെത്തിയത്. സഹോദരൻമാർ അവനോട് ചോദിച്ചു.

"നീ അച്ഛനെ കണ്ടോ?"

"കണ്ടു. ഇവാൻ മറുപടി പറഞ്ഞു."

"നീ കൊണ്ടു ചെന്ന റൊട്ടി അദ്ദേഹം തിന്നോ?"

"വയറു നിറച്ചു തിന്നു. ഇനി കുഴിമാടത്തിൽ ചെല്ലേണ്ടെന്ന് അദ്ദേഹം എന്നോട് പ്രത്യേകം പറഞ്ഞു.

ഇക്കാലത്താണ് രാജാവ് അവിവാഹിതരും സുന്ദരന്മാരുമായ യുവാക്കൾ എല്ലാവരും കൊട്ടാരത്തിലെത്തണമെന്ന വിളംബരം ചെയ്തത്. രാജാവിന്റെ മകളായ സുന്ദരി എന്ന രാജകുമാരിക്കുവേണ്ടി ഓക്കുമരത്തടികൊണ്ട് പന്ത്രണ്ടു തൂണുകളും പന്ത്രണ്ടു നിലകളുമുള്ള ഒരു മാളിക പണിയിക്കപ്പെട്ടു. രാജകുമാരി ഏറ്റവും മുകളിലത്തെ നിലയിലുള്ള തന്റെ മുറിയുടെ ജനാലയ്ക്കരികിലിരിക്കുമ്പോൾ കുതിരപ്പുറത്ത് അത്രയും പൊക്കത്തിൽ ചാടി അവളുടെ ചുണ്ടിൽ ചുംബിക്കാൻ ഉന്നതകുലജാതനോ നീചനോ ആരു തന്നെ ആയാലും അയാൾക്ക് രാജകുമാരിയെ വിവാഹം ചെയ്തുകൊടുക്കുമെന്നായിരുന്നു രാജാവിന്റെ നിശ്ചയം. കൂടാതെ രാജ്യത്തിൽ പകുതിയും അയാൾക്ക് നൽകപ്പെടും. ഈ വാർത്ത ഇവാന്റെ സഹോദരന്മാരുടെ ചെവിയിലെത്തി. മറ്റുള്ളവരോടൊപ്പം തങ്ങളുടെ ഭാഗ്യം പരീക്ഷിക്കാൻ അവർ തീരുമാനിച്ചു.

അവര് ഏറ്റവും നല്ല രണ്ട് കുതിരകൾക്ക് ഓട്സ് തിന്നാൻ കൊടുത്ത് ലായത്തിൽ നിന്ന് പുറത്തിറക്കി. ഏറ്റവും നല്ല വസ്ത്രങ്ങൾ ധരിച്ചു. ചുരുണ്ട മുടിചീകിമിനുക്കി, അടുപ്പിൻതിണ്ണയിൽ പുകക്കുഴലിന്റെ പിന്നിൽ ഇരുന്നുകൊണ്ട് ഇവാൻ ജ്യേഷ്ഠരോട് പറഞ്ഞു."

"എന്നെക്കൂടെ കൊണ്ടുപോകൂ. ഞാൻ ഭാഗ്യം പരീക്ഷിക്കട്ടെ."

"അടുപ്പിൻതിണ്ണയിൽ പതുങ്ങിയിരിക്കുന്ന കൊള്ളരുതാത്തവനെ!" അവർ പരിഹസിച്ചു. "നീ ഞങ്ങളുടെ കൂടെ വന്നാൽ നിന്നെ ആളുകൾ പരിഹസിക്കുകയേയുള്ളൂ. കാട്ടിൽപ്പോയി കൂണന്വേഷിക്കുന്നതാണ് നിനക്ക് നല്ലത്."

മൂത്ത സഹോദരൻമാർ രണ്ടുപേരും ഒന്നാന്തരം കുതിരകളുടെ പുറത്തു കയറി. തൊപ്പി ശരിയാക്കിവച്ച്, ചൂളം വിളിച്ചുകൊണ്ട്

പാഞ്ഞുപോയി. കുതിരകൾ പൊടിപടലമുയർത്തിക്കൊണ്ട് മറഞ്ഞു. ഇവാൻ കടിഞ്ഞാൺ കയ്യിലെടുത്തുകൊണ്ട് വെളിപ്രദേശത്ത് ചെന്ന് അച്ഛൻ പറഞ്ഞതുപോലെ വിളിച്ചുപറഞ്ഞു.

"ചെമ്പൻ കുതിരേ, കേട്ടാലും വന്നാലും!

അല്ലെങ്കിൽ ആപത്തു വന്നുഭവിച്ചീടും"

അത്ഭുതം! ഉഗ്രനൊരു കുതിര അവന്റെ അടുത്തേക്ക് പാഞ്ഞുവന്നു. അതിന്റെ കുളമ്പടിയേറ്റ് ഭൂമി കിടിലം കൊണ്ടു. അതിന്റെ മൂക്കിൽ നിന്ന് തീപ്പൊരി ചിതറി. ചെവികളിൽ നിന്ന് മേഘം പോലെ പുക വമിച്ചു. കുതിര ഇവാന്റെ അടുത്തെത്തി. അനങ്ങാതെ നിന്നുകൊണ്ട് ചോദിച്ചു.

"ഇവാൻ എന്താണ് വേണ്ടത്?"

ഇവാൻ കുതിരയുടെ കഴുത്തിൽ തലോടി. അതിന് കടിഞ്ഞാണിട്ടിട്ട് അവൻ അതിന്റെ വലത്തെ ചെവിയിലൂടെ കയറി ഇടത്തെ ചെവിയിലൂടെ ഇറങ്ങി. അത്ഭുതം! അവൻ പുലർകാലത്തെ ആകാശം പോലെ ഭംഗിയുള്ള ഒരു യുവാവായിത്തീർന്നു. അത്ര സൗന്ദര്യമുള്ള ഒരു യുവാവ് അതിനുമുമ്പ് ജനിച്ചിട്ടില്ല. അവൻ ചെമ്പൻ കുതിരയുടെ പുറത്തു കയറി കൊട്ടാരത്തിലേക്ക് പുറപ്പെട്ടു. ചെമ്പൻ കുതിര ഒരാഴ്ചയും ഒരു ദിവസവും സഞ്ചരിച്ചു. വാൽ വീശികൊണ്ട് അത് പർവ്വതങ്ങളും താഴ്‌വരകളും കടന്നു. വായുവേഗത്തിൽ നാടുകളും കാടുകളും പിന്നിട്ടു.

ഇവാൻ കൊട്ടാരത്തിലെത്തിയപ്പോൾ കൊട്ടാരത്തിന്റെ മുറ്റം നിറയെ ആളായിരുന്നു. പന്ത്രണ്ടു തൂണുകളും പന്ത്രണ്ടു നിലകളുമുള്ള മാളികയുടെ ഏറ്റവും മുകളിലുള്ള സ്വകാര്യമുറിയുടെ ജനാലയ്ക്കടുത്ത് സുന്ദരി രാജകുമാരി ഇരുന്നിരുന്നു.

രാജാവ് പൂമുഖത്ത് വന്ന് നിന്നുകൊണ്ട് പറഞ്ഞു.

"കുതിരപ്പുറത്തു മുകളിലേക്കു ചാടി അക്കാണുന്ന ജനാലയ്ക്കു പിന്നിലിരിക്കുന്ന എന്റെ മകളുടെ ചുണ്ടിൽ ചുംബിക്കുന്ന യുവാവിന് ഞാൻ അവളെ കല്യാണം കഴിച്ചുകൊടുക്കും. പകുതി രാജ്യവും കൊടുക്കും."

സുന്ദരി രാജകുമാരിയെ കാംക്ഷിച്ചെത്തിയ യുവാക്കൾ ഓരോരുത്തരായ് ചാടിനോക്കി. പക്ഷേ ജനാലയ്ക്കടുത്തെത്താൻ ആർക്കും കഴിഞ്ഞില്ല. ഇവാന്റെ ജ്യേഷ്ഠന്മാരും മറ്റുള്ളവരെപ്പോലെ ചാടി നോക്കി. പക്ഷേ ഫലമുണ്ടായില്ല.

ഇവാന്റെ ഊഴം വന്നു. അവൻ ഒരു പോർവിളിയോടെ ചെമ്പൻകുതിരയെ ചാടിച്ചു. അതു കുതിച്ചുചാടി. ഏറ്റവും മുകളിൽ നിന്നും രണ്ടു നിലകൾ താഴെവരെ എത്തി. ഇവാൻ രണ്ടാമതും കുതിരയെ ചാടിച്ചു. ഏറ്റവും മുകളിലത്തെ നിലയുടെ തൊട്ടുതാഴെവരെ കുതിര പൊങ്ങി. അവസാനത്തെ തവണ ചാട്ടുന്നതിനുമുമ്പ് ഇവാൻ കുതിരയെ അതിന്റെ വായിൽ നിന്ന് നുരയും പതയും വരുന്നതുവരെ വട്ടംകറക്കി. ഒടുവിൽ കുതിര ഒരു തീപ്പന്തം പോലെ മുകളിലേക്ക് കുതിച്ചു. ഇവാൻ രാജകുമാരിയുടെ തേൻചുണ്ടുകളിൽ ചുംബിച്ചു. തന്റെ മുദ്രാമോതിരം കൊണ്ട് രാജകുമാരി ഇവാന്റെ നെറ്റിയിൽ മുദ്രകുത്തി. ജനങ്ങൾ ആർത്തുവിളിച്ചു. "തടഞ്ഞുനിർത്ത്! പിടിച്ചുനിർത്ത്!" പക്ഷെ ഇവാനും കുതിരയും പൊടിപടലമുയർത്തി അപ്രത്യക്ഷരായി.

വെളിപ്രദേശത്തെത്തിയപ്പോൾ ഇവാൻ കുതിരയെ നിർത്തി. അതിന്റെ ഇടത്തെ ചെവിയിലൂടെ കയറി വലത്തെ ചെവിയിലൂടെ പുറത്തിറങ്ങി. അവൻ പഴയപടിയായി. അവൻ കുതിരയെ പാട്ടിനുവിട്ടിട്ട് വീട്ടിലേക്ക് പോയി. വഴിക്ക് കൂൺ പറിക്കാൻ അവൻ മറന്നില്ല. അവൻ വീട്ടിലെത്തി. ഒരു തുണിക്കഷ്ണവുമെടുത്ത് നെറ്റിയിൽ കെട്ടിവച്ചിട്ട് അടുപ്പിൻതിണ്ണയിൽ കയറി പഴയതുപോലെ കിടന്നു. കുറെക്കഴിഞ്ഞ് ജ്യേഷ്ഠൻമാർ തിരിച്ചെത്തി. തങ്ങൾ കണ്ടതും കേട്ടതും അവർ ഇവാനോട് വിവരിച്ചു.

"രാജകുമാരിയുടെ ആരാധകർ അനവധിപേരുണ്ടായിരുന്നു. അവർ സുമുഖന്മാരുമായിരുന്നു" അവർ പറഞ്ഞു. "എന്നാൽ എല്ലാവരെയും അതിശയിക്കുന്ന ഒരാൾ അക്കൂട്ടത്തിലുണ്ടായിരുന്നു. വലിക്കുന്ന തന്റെ കുതിരപ്പുറത്ത് അയാൾ ചാടി രാജകുമാരിയെ ചുംബിച്ചു. അയാൾ വരുന്നത് എല്ലാവരും കണ്ടു. പക്ഷേ തിരിച്ചുപോകുന്നത് ആരും കണ്ടില്ല."

പുകക്കുഴലിന്റെ പിന്നിൽ നിന്ന് ഇവാൻ പറഞ്ഞു.

"ഒരു പക്ഷെ നിങ്ങൾ കണ്ടത് എന്നെയായിരിക്കും."

ജ്യേഷ്ഠൻമാർ രോഷാകുലരായി പറഞ്ഞു.

"മണ്ടാ, നീ ഇങ്ങനെ വിഡ്ഢിത്തം പുലമ്പാതെ അടുപ്പിൻതിണ്ണയിൽ കൂണും തിന്നുകൊണ്ട് അടങ്ങിയിരിക്ക്."

രാജകുമാരിയുടെ മോതിരം അഴിച്ചുമാറ്റി. പെട്ടെന്ന് അതിന്റെ തിളക്കം വീട്ടിലാകെ പ്രകാശം പരത്തി. ജ്യേഷ്ഠൻമാർ പേടിച്ച് വിളിച്ചുപറഞ്ഞു.

"മണ്ടാ നീ എന്താണ് ചെയ്തത്. നീ ഈ വീടിന് തീപിടിപ്പിക്കും."

പിറ്റേ ദിവസം രാജാവ് ഒരു വിരുന്നു സൽക്കാരത്തിന് പ്രജകളെ എല്ലാവരെയും ക്ഷണിച്ചു. അടിയന്മാരെയും പ്രഭുക്കന്മാരേയും സാധാരണക്കാരെയും ധനവാന്മാരേയും ദരിദ്രരേയും യുവാക്കളേയും വൃദ്ധന്മാരേയും എന്നുവേണ്ട രാജ്യത്തുള്ള സകലരേയും അദ്ദേഹം വിരുന്നിനു ക്ഷണിച്ചിരുന്നു.

ഇവാന്റെ സഹോദരന്മാരും സദ്യയ്ക്കു പോകാൻ വട്ടംകൂട്ടി.

"എന്നെക്കൂടി കൊണ്ടുപോകൂ, ജ്യേഷ്ഠൻമാരെ," ഇവാൻ കെഞ്ചി.

നിന്നെയോ അവർ ചിരിച്ചു.. "കാണുന്നവരെല്ലാം നിന്നെ പരിഹസിക്കും. കുണ്ണം തിന്നുകൊണ്ട് നീ ഈ അടുപ്പിൻതിണ്ണയിൽ ഇരുന്നോ?"

ജ്യേഷ്ഠൻമാർ കുതിരപ്പുറത്ത് കയറി ഓടിച്ചുപോയി. ഇവാൻ കാൽനടയായി പുറപ്പെട്ടു. അവൻ കൊട്ടാരത്തിലെത്തി ഒരു ഒഴിഞ്ഞ മൂലയിൽ ഇരുന്നു. സുന്ദരി രാജകുമാരി അതിഥികളെ എല്ലാവരെയും കാണാൻ ചുറ്റിനടന്നു. അവൾ കയ്യിൽ പിടിച്ചിരുന്ന കപ്പിൽ നിന്നും ഓരോരുത്തരെയും കുറെശ്ശെ മധുരപാനീയം കുടിപ്പിച്ചു. അവൾ തന്റെ മുദ്രയുണ്ടോന്നറിയാൻ ഓരോരുത്തരുടേയും നെറ്റിയിൽ സൂക്ഷിച്ചു നോക്കി.

അവൾ ഇവാനെ ഒഴിച്ച് എല്ലാവരേയും പരിശോധിച്ചു കഴിഞ്ഞു. അവനെ സമീപിച്ചപ്പോൾ അവളുടെ മനസ്സിടിഞ്ഞു. അവന്റെ ദേഹം മുഴുവൻ കരിപുരണ്ടിരുന്നു. മുള്ളൻപന്നിയുടെ മുള്ളുപോലുള്ള തലമുടിയായിരുന്നു അവന്റേത്.

സുന്ദരി രാജകുമാരി ചോദിച്ചു.

"നീ ആരാണ്? എവിടുന്ന് വരുന്നു? ആ പഴന്തുണി നീ നെറ്റിയിൽ കെട്ടിവെച്ചിരിക്കുന്നതെന്തിനാണ്?"

ഉരുണ്ടുവീണ് എന്റെ നെറ്റി അല്പം മുറിഞ്ഞു. ഇവാൻ പറഞ്ഞു.

രാജകുമാരി തുണി അഴിച്ചുമാറ്റി. ഉജ്ജ്വലമായ ഒരു പ്രകാശം കൊട്ടാരത്തിലാകെ പരന്നു.

"ഇത് എന്റെ മുദ്രയാണ്." അവൾ വിളിച്ചു പറഞ്ഞു.

"ഇതാണ് എന്റെ വരൻ!"

രാജാവ് ഇവാന്റെ അടുത്തെത്തി അവനെ ഒന്നു നോക്കിയിട്ടു

പറഞ്ഞു.

"അല്ല രാജകുമാരി! നിന്റെ വരൻ ഇവനായിരിക്കയില്ല. ഇവൻ ആകെ കരിപുരണ്ട ഒരു വെറും സാധാരണക്കാരനാണ്."

ഇവാൻ രാജാവിനോട് പറഞ്ഞു.

"മുഖം കഴുകിയിട്ടു വരാൻ എന്നെ അനുവദിക്കു."

രാജാവ് അതിന് അനുവാദം കൊടുത്തു. ഇവാൻ മുറ്റത്തിറങ്ങി അച്ഛൻ പഠിപ്പിച്ചിട്ടുള്ള വാക്കുകൾ വിളിച്ചു പറഞ്ഞു.

"ചെമ്പൻ കുതിരേ കേട്ടാലും, വന്നാലും!

അല്ലെങ്കിൽ ആപത്തു വന്നു ഭവിച്ചീടും."

ചെമ്പൻ കുതിര അവന്റെയടുത്തേക്ക് പാഞ്ഞുവന്നു. ഭൂമി അതിന്റെ കുളമ്പടിയേറ്റ് കിടിലം കൊണ്ടു. അതിന്റെ മൂക്കിൽ നിന്നും തീപ്പൊരി ചിതറി. ചെവിയിൽ നിന്ന് പുകയുടെ മേഘങ്ങൾ ഉയർന്നു. ഇവാൻ അതിന്റെ വലത്തെ ചെവിയിലൂടെ കയറി ഇടത്തെ ചെവിയിലൂടെ പുറത്തിറങ്ങി. പുലർകാലത്തെ ആകാശം പോലെ സൗന്ദര്യമുള്ള ഒരു യുവാവായി അവൻ മാറി. അതിനു മുമ്പ് അത്ര സൗന്ദര്യമുള്ള ആരും ഭൂമിയിൽ ഉണ്ടായിട്ടില്ല. അവനെ കണ്ടയുടൻ കൊട്ടാരത്തിൽ കൂടിയിരുന്നവർ അത്ഭുതസ്തബ്ദരായി.

പിന്നീട് ഇവാൻ സുന്ദരി രാജകുമാരിയെ വിവാഹം ചെയ്തു. തുടർന്ന് ഗംഭീരമായൊരു സദ്യയും കൊട്ടാരത്തിൽ നടത്തപ്പെട്ടു

●

വാളമീൻ കല്പിക്കുന്നു

പണ്ടൊരിക്കൽ ഒരിടത്ത് ഒരു വൃദ്ധന് മൂന്ന് പുത്രന്മാർ ഉണ്ടായിരുന്നു. രണ്ടുപേർ ബുദ്ധിമാന്മാരും മൂന്നാമനായ യെമേല്യാ ഒരു മണ്ടനും ആയിരുന്നു.

മൂത്ത സഹോദരൻമാർ രണ്ടുപേരും എപ്പോഴും പണിയെടുത്തുകൊണ്ടിരുന്നു. എന്നാൽ യെമേല്യ അടുപ്പിൻതിണ്ണയിൽ കിടന്നാണ് സമയം കഴിച്ചിരുന്നത്.

ഒരു ദിവസം മൂത്ത സഹോദരൻമാർ ഇരുവരും ചന്തയിലേക്ക് പോയി. അവരുടെ ഭാര്യമാർ പറഞ്ഞു.

"യെമേല്യാ, പോയി കുറെ വെള്ളം കൊണ്ടുവരൂ."

അടുപ്പിൻതിണ്ണയിൽ കിടന്നുകൊണ്ട് യെമേല്യ മറുപടി പറഞ്ഞു.

"ഞാൻ പോകുന്നില്ല. എനിക്ക് പോകാൻ ഇഷ്ടമില്ല."

"നീ പോയില്ലെങ്കിൽ ജ്യേഷ്ഠന്മാർ വരുമ്പോൾ നിനക്ക് സമ്മാനം ഒന്നും കൊണ്ടുവരികയില്ല."

"ശരി, അങ്ങനെയാണെങ്കിൽ ഞാൻ പോകാം."

യെമേല്യ താഴെയിറങ്ങി ബൂട്ടുകൾ ധരിച്ചു. കുപ്പായം എടുത്തിട്ടുകൊണ്ട് അവൻ രണ്ടു തൊട്ടികളും ഒരു കോടാലിയുമായി പുഴയിലേക്ക്

പോയി.

അവൻ കോടാലികൊണ്ട് വെട്ടി ഐസിൽ ഒരു ദ്വാരമുണ്ടാക്കി. വെള്ളം മുക്കിയെടുത്തു തൊട്ടികൾ നിറച്ചുവെച്ചശേഷം അവൻ ഐസിലുണ്ടാക്കിയ ദ്വാരത്തിലൂടെ വെള്ളത്തിലേക്കു നോക്കിക്കൊണ്ടിരുന്നു. കുറെ കഴിഞ്ഞപ്പോൾ വെള്ളത്തിൽ ഒരു വാളമീൻ നീന്തിക്കളിക്കുന്നത് അവൻ കണ്ടു. അവൻ കയ്യിട്ട് മീനിനെ പുറത്തെടുത്തു.

"ഇന്ന് അത്താഴത്തിന് മീൻസൂപ്പ് കുടിക്കാം!" അവൻ സന്തോഷത്തോടെ വിളിച്ചുപറഞ്ഞു.

എന്നാൽ മീൻ മനുഷ്യശബ്ദത്തിൽ ഇങ്ങനെ പറഞ്ഞു.

"എന്നെ വിട്ടേക്കു, യെമേല്യാ ഞാൻ നിനക്ക് എന്തെങ്കിലും ഉപകാരം ചെയ്യാം."

യെമേല്യ ചിരിച്ചുപോയി.

"നീ എനിക്ക് എന്തുപകാരം ചെയ്യാനാണ്," ഇല്ല, ഞാൻ നിന്നെ വീട്ടിൽക്കൊണ്ടുപോയി ജ്യേഷ്ഠത്തിമാരോട് സൂപ്പുവെച്ചു തരാൻ പറയും. എനിക്ക് മീൻസൂപ്പ് വളരെ ഇഷ്ടമാണ്.

വാളമീൻ വീണ്ടും വീണ്ടും യാചിച്ചു.

"യെമേല്യാ എന്നെ വിട്ടേയ്ക്കു ഞാൻ നിന്റെ ഏതാഗ്രഹവും സാധിച്ചുതരാം."

"ശരി." യെമേല്യ പറഞ്ഞു. "നീ എന്നെ പറ്റിക്കുകയല്ലെന്ന് തെളിയിച്ചാൽ ഞാൻ നിന്നെ വിടാം."

"നീ എന്താണ് ആഗ്രഹിക്കുന്നത് യെമേല്യാ?" മീൻ ചോദിച്ചു.

"ഒറ്റത്തുള്ളി വെള്ളം പോലും തുളുമ്പാതെ ഈ തൊട്ടികൾ താനെ വീട്ടിലെത്തണം."

"ശരി," വാളമീൻ പറഞ്ഞു. "നിനക്ക് എന്തെങ്കിലും കാര്യം സാധിക്കണമെങ്കിൽ ഇങ്ങനെ പറഞ്ഞാൽ മതി. " "വാളമീൻ കല്പിക്കുന്നു. ഞാൻ ഇച്ഛിക്കുന്നു. തൊട്ടികളെ, താനെ വീട്ടിൽപ്പോകു!"

അപ്പോൾത്തന്നെ തൊട്ടികൾ നടന്ന് കുന്നു കയറി. യെമേല്യ മീനിനെ വെള്ളത്തിലിട്ടിട്ട് തൊട്ടികളുടെ പിന്നാലെ നടന്നു.

ഗ്രാമീണവീഥിയിലൂടെ തൊട്ടികൾ നടന്നുപോകുന്നത് കണ്ട് ആളുകൾ അമ്പരന്നു. യെമേല്യ അടക്കിചിരിച്ചുകൊണ്ട് പിന്നാലെ നടന്നുപോയി. തൊട്ടികൾ നേരെ യെമേല്യയുടെ വീട്ടിലേക്ക് ചെന്ന്

ഒരു ബെഞ്ചിന്റെ മുകളിൽ കയറിയിരുന്നു. യെമേല്യ അടുപ്പിന്റെ തിണ്ണയിൽ വീണ്ടും സ്ഥലം പിടിച്ചു.

കുറെ സമയം കഴിഞ്ഞ് യെമേല്യയെ വിളിച്ച് പറഞ്ഞു.

"യെമേല്യാ അവിടെ ഇങ്ങനെ വെറുതെ കിടക്കാതെ പോയി കുറെ വിറകു കീറിക്കൊണ്ടുവാ."

"എനിക്കു വയ്യ എനിക്ക് ഇഷ്ടമില്ല." യെമേല്യ പറഞ്ഞു.

"ഞങ്ങൾ പറയുന്നത് കേട്ടില്ലെങ്കിൽ ജ്യേഷ്ഠന്മാർ മടങ്ങിവരുമ്പോൾ നിനക്ക് ഒന്നും കിട്ടുകയില്ല."

യെമേല്യയ്ക്ക് അടുപ്പിന്റെ തിണ്ണയിൽ നിന്നിറങ്ങാൻ മനസ്സില്ലായിരുന്നു. അവൻ വാളമീനിന്റെ കാര്യം അപ്പോഴാണ് ഓർത്തത്. ആരും കേൾക്കാതെ അവൻ മന്ത്രിച്ചു.

"വാളമീൻ കല്പിക്കുന്നു, ഞാൻ ഇച്ഛിക്കുന്നു! കോടാലീ, പോയി കുറെ വിറക് കീറൂ. വിറകേ നിങ്ങൾ വീട്ടിനുള്ളിലെത്തി അടുപ്പിനകത്തേക്ക് ചാടിക്കയറൂ."

അത്ഭുതം! ബെഞ്ചിനടിയിലിരുന്ന കോടാലി മുറ്റത്തേക്ക് ഓടിച്ചെന്ന് വിറക് കീറിത്തുടങ്ങി. വിറകുകമ്പുകൾ വീട്ടിനുള്ളിലെത്തി അടുപ്പിൽ ചാടിക്കയറി.

പിന്നെയും കുറെ സമയം കഴിഞ്ഞു. ജ്യേഷ്ഠത്തിമാർ പിന്നെയും യെമേല്യയെ വിളിച്ചു.

"യെമേല്യാ, വിറകു മുഴുവൻ തീർന്നു. നീ കാട്ടിൽ പോയി കുറെ തടി വെട്ടിക്കൊണ്ടുവരൂ"

അടുപ്പിന്റെ തിണ്ണയിൽ തിരിഞ്ഞു കിടന്നുകൊണ്ട് യെമേല്യ മറുപടി പറഞ്ഞു.

"നിങ്ങൾക്ക് ചെയ്താലെന്താ?"

"നീ എന്താണീ പറയുന്നത്, യെമേല്യ?" പെണ്ണുങ്ങൾ ചോദിച്ചു. "കാട്ടിൽപ്പോയി തടിവെട്ടിക്കൊണ്ടുവരുന്നത് ഞങ്ങളുടെ ജോലിയല്ല."

"എനിക്ക് അതു ചെയ്യാൻ ഇഷ്ടമില്ല."

"എന്നാൽ നിനക്ക് സമ്മാനം ഒന്നും കിട്ടുകയുമില്ല."

യെമേല്യയ്ക്ക് പോകാതെ നിവൃത്തിയില്ലായിരുന്നു. അവൻ അടുപ്പിൻതിണ്ണയിൽ നിന്ന് താഴെയിറങ്ങി. ബൂട്ടുകളും കുപ്പായവും ധരിച്ചു. ഒരു കയറും ഒരു കോടാലിയും എടുത്തുകൊണ്ട് മുറ്റത്ത്

തെന്നുവണ്ടിയിൽ കയറി ഇരുന്നിട്ട് അവൻ ഇങ്ങനെ പറഞ്ഞു.

"പെണ്ണുങ്ങളെ പടിവാതിൽ തുറക്കിൻ!"

അവന്റെ ജ്യേഷ്ഠത്തിമാർ പറഞ്ഞു.

"എടാ മണ്ടാ, നീ തെന്നുവണ്ടിയിൽ എന്തുചെയ്യുകയാണ്? നീ കുതിരയെ അതിൽ കെട്ടിയിട്ടില്ലല്ലോ."

"എനിക്ക് കുതിരയുടെ ആവശ്യമില്ല." യെമേല്യ പറഞ്ഞു.

സ്ത്രീകൾ പടിവാതിൽ തുറന്നു. യെമേല്യ ഇങ്ങനെ മന്ത്രിച്ചു.

"വാളമീൻ കല്പിക്കുന്നു. ഞാൻ ഇച്ഛിക്കുന്നു. തെന്നുവണ്ടീ കാട്ടിലേക്ക് പോകൂ."

തെന്നുവണ്ടി പടി കടന്ന് അതിവേഗം കാട്ടിലേക്ക് പാഞ്ഞു. കുതിരപ്പുറത്തുപോലും അതിനോടൊപ്പമെത്തുവാൻ ആർക്കും കഴിയുമായിരുന്നില്ല.

കാട്ടിലേക്കുള്ള വഴി ഒരു പട്ടണത്തിന്റെ മദ്ധ്യത്തിലൂടെയായിരുന്നു. തെന്നുവണ്ടി ദേഹത്തു മുട്ടി. പലരും അതിനടിയിൽ പെട്ട് ഞെരിഞ്ഞു. പട്ടണവാസികൾ വിളിച്ചുപറഞ്ഞു. "അവനെ തടഞ്ഞു നിർത്തണം! അവൻ തെന്നുവണ്ടിയോട് കൂടുതൽ വേഗം ഓടാൻ പറയുകയാണ് ചെയ്യുന്നത്. കാട്ടിലെത്തിയ ഉടൻ തന്നെ വണ്ടി നിർത്തിയിട്ട് അവൻ പറഞ്ഞു.

"വാളമീൻ കല്പിക്കുന്നു, ഞാൻ ഇച്ഛിക്കുന്നു! കോടാലി, കുറെ ഉണങ്ങിയ തടി വെട്ടിയിടൂ. നിങ്ങൾ വണ്ടിയിൽ കയറിയിരുന്ന് സ്വയം അടുക്കിവെച്ച് കയറുകൊണ്ട് കെട്ടൂ."

കോടാലി ഉണങ്ങിയ തടികൾ മുറിച്ചിട്ട് കീറി വിറകാക്കി. വിറകു കമ്പുകൾ ഓരോന്നായി വണ്ടിയിൽക്കയറിയിരുന്ന് ഒരുമിച്ച് കെട്ടി. നല്ല കനമുള്ള ഒരു കാവടി വെട്ടിത്തരാൻ യെമേല്യ കോടാലിയോട് പറഞ്ഞു. അതു കഴിഞ്ഞ് അവൻ വണ്ടിയിൽ കയറി വിറകുകളുടെ മുകളിൽ ഇരുന്നുകൊണ്ട് മന്ത്രിച്ചു.

"വാളമീൻ കല്പിക്കുന്നു ഞാൻ ഇച്ഛിക്കുന്നു. തെന്നുവണ്ടി വീട്ടിലേക്ക്!"

തെന്നുവണ്ടി വളരെ വേഗത്തിൽ ഓടി. താൻ പലരേയും തള്ളിയിടുകയും മുറിവേൽപിക്കുകയും ചെയ്ത പട്ടണത്തിൽ യെമേല്യ എത്തി. അവിടെ അനേകം പേർ അവനെ പിടിക്കാൻ തയ്യാറായി നിന്നിരുന്നു. അവർ അവനെ തെന്നുവണ്ടിയിൽ നിന്നു വലിച്ചു താഴെയിട്ട്

അടിക്കാനും തൊഴിക്കാനും തുടങ്ങി.

താൻ ആപത്തിലകപ്പെട്ടിരിക്കുകയാണെന്ന് മനസ്സിലായ ഉടൻ യെമേല്യ ഇങ്ങനെ മന്ത്രിച്ചു.

"വാളമീൻ കൽപിക്കുന്നു. ഞാൻ ഇച്ഛിക്കുന്നു! കുറുവടി ഇറങ്ങിവന്ന് ഇവരെ പൊതിരെ തല്ലു!"

കുറുവടി ചാടിച്ചെന്ന് അടി തുടങ്ങി. പട്ടണവാസികൾ പരിഭ്രാന്തരായി നാലുപാടും ഓടി. യെമേല്യ വീട്ടിലെത്തി. അടുപ്പിന്റെ തിണ്ണയിൽ കയറിക്കിടന്നു.

സമയം പിന്നെയും കുറെ കഴിഞ്ഞു. രാജാവ് യെമേല്യയുടെ പരാക്രമണത്തെക്കുറിച്ച് കേട്ടു. അവനെ കണ്ടുപിടിച്ച് കൊട്ടാരത്തിൽ ഹാജരാക്കാൻ അദ്ദേഹം തന്റെ പട്ടാളത്തിലെ ഒരു ഉദ്യോഗസ്ഥനെ അയച്ചു.

ഉദ്യോഗസ്ഥൻ യെമേല്യയുടെ ഗ്രാമത്തിലെത്തി. അയാൾ യെമേല്യയുടെ വീട്ടിൽ കയറിച്ചെന്ന് ഇങ്ങനെ ചോദിച്ചു.

"നീയാണോ മണ്ടൻ യെമേല്യ?"

"ആണെങ്കിലെന്താ?"

"വേഗം കുപ്പായം എടുത്തിട്. ഞാൻ നിന്നെ രാജാവിന്റെ അടുത്തേക്ക് കൊണ്ടുപോവുകയാണ്."

"എനിക്ക് പോകാൻ ഇഷ്ടമില്ല." യെമേല്യ പറഞ്ഞു.

പട്ടാളക്കാരൻ രോഷാകുലനായി യെമേല്യയുടെ കരണത്ത് ഒന്നടിച്ചു. ഉടൻതന്നെ യെമേല്യ ഇങ്ങനെ മന്ത്രിച്ചു.

"വാളമീൻ കല്പിക്കുന്നു. ഞാൻ ഇച്ഛിക്കുന്നു. കുറുവടീ, ഇയാളെ അടിച്ചു ചമ്മന്തിയാക്കു!"

കുറുവടി ചാടിച്ചെന്ന് ഉദ്യോഗസ്ഥനെ അടിച്ച് അവശനാക്കി.

തന്റെ ഉദ്യോഗസ്ഥൻ യെമേല്യയോട് തോറ്റു എന്നറിഞ്ഞ് രാജാവ് അത്ഭുതപ്പെട്ടു. അദ്ദേഹം തന്റെ പ്രഭുക്കന്മാരിൽ ഏറ്റവും പ്രധാനിയെ വരുത്തി.

"യെമേല്യയെ കണ്ടുപിടിച്ച് കൊട്ടാരത്തിൽ ഹാജരാക്കിയില്ലെങ്കിൽ ഞാൻ നിങ്ങളുടെ തല വീഴ്ത്തും." രാജാവ് പ്രഭുവിനോട് പറഞ്ഞു.

പ്രഭു കുറെ മുന്തിരങ്ങയും പലഹാരങ്ങളും വാങ്ങിക്കൊണ്ട് അതേ ഗ്രാമത്തിലുള്ള അതേ വീട്ടിൽ എത്തി. യെമേല്യയ്ക്ക് എന്താണിഷ്ടമെന്ന്

അയാൾ ജ്യേഷ്ഠത്തിമാരോട് ചോദിച്ചു.

അവനോട് മധുരമായി സംസാരിക്കുന്നതാണ് അവന് ഇഷ്ടം. അവർ പറഞ്ഞു. "അവനോട് നയത്തിൽ പെരുമാറുകയും അവന് ഒരു ചുവന്ന കുപ്പായം വാങ്ങിക്കൊടുക്കാമെന്ന് പറയുകയും ചെയ്താൽ നിങ്ങൾ പറയുന്നത് എന്തും അവൻ അനുസരിക്കും."

പ്രഭു യെമേല്യയ്ക്ക് മുന്തിരിങ്ങയും പലഹാരങ്ങളും കൊടുത്തിട്ട് ഇങ്ങനെ പറഞ്ഞു.

"യെമേല്യ, അടുപ്പിൻതിണ്ണയിൽ ഇങ്ങനെ കിടക്കുന്നത് എന്തിനാണ്! എന്റെ കൂടെ രാജാവിന്റെ കൊട്ടാരത്തിലേക്ക് വരൂ."

"എനിക്ക് ഇവിടെ ഉള്ള സുഖം മതി." യെമേല്യ പറഞ്ഞു.

"ഹാ, യെമേല്യാ, രാജാവ് പലഹാരങ്ങളും വീഞ്ഞും തന്ന് നിന്നെ സൽക്കരിക്കും. നമുക്ക് അങ്ങോട്ടു പോകാം."

"ഇല്ല ഞാൻ വരുന്നില്ല." യെമേല്യ പറഞ്ഞു.

"യെമേല്യാ, ഒന്നാന്തരം ഒരു ചുവപ്പ് കുപ്പായവും ഒരു ജോടി ബൂട്ടുകളും ഒരു തൊപ്പിയും രാജാവ് നിനക്ക് സമ്മാനമായി തരാൻ ഉദ്ദേശിക്കുന്നുണ്ട്."

യെമേല്യ കുറച്ചാലോചിച്ചിട്ടു പറഞ്ഞു. "ശരി. ഞാൻ നിങ്ങൾ പറഞ്ഞതുപോലെ ചെയ്യാം. പക്ഷേ നിങ്ങൾ ഒറ്റയ്ക്ക് പോകണം. ഞാൻ പിറകെ വന്നേക്കാം."

പ്രഭു കുതിരപ്പുറത്ത് യാത്രയായി. യെമേല്യ കുറെ നേരം കൂടി അടുപ്പിൻതിണ്ണയിൽ കിടന്നിട്ട് ഇങ്ങനെ പറഞ്ഞു.

"വാളമീൻ കല്പിക്കുന്നു. ഞാൻ ഇച്ഛിക്കുന്നു! അടുപ്പേ, നീ കൊട്ടാരത്തിലേക്ക് പോവൂ!"

വീടിന്റെ മൂലകളിൽ വിള്ളലുണ്ടായി, മേൽക്കൂര ഇളകി. ഒരു ഭിത്തി ഇടിഞ്ഞുവീണു. അടുപ്പ് തെരുവിലേക്കിറങ്ങി കൊട്ടാരത്തെ ലക്ഷ്യമാക്കി റോഡിലൂടെ പാഞ്ഞു.

രാജാവ് ജാലകത്തിലൂടെ ഈ കാഴ്ച കണ്ടു.

" ഇതെന്താണ്?" അദ്ദേഹം ചോദിച്ചു.

പ്രഭു ഉത്തരം പറഞ്ഞു:

"യെമല്യ അടുപ്പിന്റെ പുറത്ത് കൊട്ടാരത്തിലേക്ക് വരികയാണ്"

രാജാവ് പൂമുഖത്തേക്കു ചെന്ന് ഇങ്ങനെ പറഞ്ഞു:

"യെമല്യാ, നിന്നെപ്പറ്റി പല പരാതികളും എനിക്കു കിട്ടിയിട്ടുണ്ട്. നീ അനേകം ആളുകൾക്ക് പരുക്കേല്പിച്ചുവെന്ന് കേട്ടു."

'അവർ എന്റെ തെന്നുവണ്ടിയുടെ മുമ്പിൽ വന്നു നിന്നതെന്തിനാണ്?" യെമേല്യ ചോദിച്ചു.

ഈ സമയത്ത് രാജാവിന്റെ പുത്രി മരീയ രാജകുമാരി ജാലകത്തിലൂടെ അങ്ങോട്ടു നോക്കി. യെമേല്യ അവളെ കണ്ടപ്പോൾ ഇങ്ങനെ പതുക്കെ പറഞ്ഞു.:

"വാളമീൻ കൽപ്പിക്കുന്നു, ഞാൻ ഇച്ഛിക്കുന്നു! രാജാവിന്റെ പുത്രി എന്നിൽ അനുരക്തയാകട്ടെ!"

അവൻ ഇത്രയും കൂടി കൂട്ടിച്ചേർത്തു.

"അടുപ്പേ, വീട്ടിൽപ്പോകൂ!"

അടുപ്പ് തിരിഞ്ഞ് യെമേല്യയുടെ ഗ്രാമത്തിലേക്ക് ഓട്ടം തുടങ്ങി. അത് കട്ടിലിൽ കയറി സ്വസ്ഥാനത്ത് ഇരുന്നു. യെമേല്യ അപ്പോഴും അതിന്റെ മുകളിൽ കിടക്കുകയായിരുന്നു.

ഈ സമയത്ത് കൊട്ടാരത്തിൽ ഒരു തേങ്ങൽ കേട്ടു. മരീയ രാജകുമാരി യെമേല്യയെ കൂടാതെ ജീവിക്കാൻ വയ്യെന്നും അതുകൊണ്ട് അവനെ കല്യാണം കഴിക്കാൻ അനുവദിക്കണമെന്നും രാജാവിനോട് അവൾ പറഞ്ഞു. രാജാവിന് ഇത് കേട്ടപ്പോൾ

അതിയായ മനക്ലേശവും ദുഃഖവും ഉണ്ടായി. അദ്ദേഹം പ്രഭുവിനോട് പറഞ്ഞു. "പോയി യെമേല്യയെ ജീവനോടെയോ അല്ലാതെയോ ഇവിടെ കൊണ്ടുവരൂ. അല്ലാത്തപക്ഷം ഞാൻ നിങ്ങളുടെ തല വീശും."

പ്രഭു പലതരം പലഹാരങ്ങളും മധുരമുള്ള വീഞ്ഞുകളും വാങ്ങി ക്കൊണ്ട് യെമേല്യയുടെ ഗ്രാമത്തിലെത്തി. അയാൾ യെമേല്യയുടെ വീട്ടിനുള്ളിൽ പ്രവേശിച്ച് പലഹാരങ്ങളും വീഞ്ഞുകളും അവന്റെ മുമ്പിൽ നിരത്തിവെച്ചു.

യെമേല്യാ സ്വാദേറിയ ആ പലഹാരങ്ങളും വീഞ്ഞുകളും മതിയാവോളം അകത്താക്കി. മദ്യത്തിന്റെ ലഹരിയിൽ അവൻ കിടന്നുറങ്ങി. ഉറങ്ങിക്കിടന്ന യെമേല്യെയെ ഒരു വണ്ടിയിൽ കയറ്റി ക്കൊണ്ട് പ്രഭു കൊട്ടാരത്തിലേക്ക് പോയി.

ഇരുമ്പുപട്ട കൊണ്ട് ചുറ്റപ്പെട്ട ഒരു വലിയ വീപ്പ കൊണ്ടുവരാൻ രാജാവ് ഉടൻ തന്നെ കല്പിച്ചു.

യെമേല്യയേയും മരീയ രാജകുമാരിയേയും വീപ്പയ്ക്കുള്ളിലാക്കി വീപ്പ ഭദ്രമായി അടച്ച് പുറത്ത് ടാറും പുരട്ടി കടലിലേക്കെറിഞ്ഞു.

കുറെ സമയം കഴിഞ്ഞ് യെമേല്യ ഉണർന്നു. ചുറ്റും ഇരുട്ടാണെന്നും താൻ ഒരു ഇടുങ്ങിയ സ്ഥലത്താണന്നും മനസ്സിലായ ഉടനെ യെമേല്യ ചോദിച്ചു.

"ഞാൻ എവിടെയാണ്?"

മരീയ രാജകുമാരി പറഞ്ഞു.

"പ്രിയതമാ, യെമേല്യാ വല്ലാത്ത ദുരവസ്ഥയാണ് നമ്മുടേത്! അവർ നമ്മെ ടാറടിച്ച ഒരു വീപ്പയിലടച്ച് നീലക്കടലിൽ എറിഞ്ഞി രിക്കയാണ്."

"നീ ആരാണ് ? "യെമേല്യ ചോദിച്ചു.

"മരിയ രാജകുമാരി."

അപ്പോൾ യെമേല്യ ഇങ്ങനെ മന്ത്രിച്ചു.

"വാളമീൻ കൽപിക്കുന്നു. ഞാൻ ഇച്ഛിക്കുന്നു! കൊടുങ്കാറ്റേ! വീപ്പ ഒരു കരയിലടുപ്പിച്ച് മഞ്ഞ മണൽപുറത്ത് നിക്ഷേപിക്കു!"

കാറ്റ് ഉടൻതന്നെ ശക്തിയായി അടിച്ചുതുടങ്ങി. കടൽ ക്ഷോഭിച്ച് വീപ്പ കരയ്ക്കടുത്ത് മഞ്ഞ മണൽപ്പരപ്പിൽ വന്നുതങ്ങി. യെമേല്യയും

മരീയ രാജകുമാരിയും വീപ്പയിൽ നിന്നു പുറത്തിറങ്ങി. മരീയ രാജകുമാരി പറഞ്ഞു.

"യെമേല്യ നാം എവിടെ താമസിക്കും? എങ്ങിനെയെങ്കിലും ഒരു കുടിലുണ്ടാക്കൂ."

"ഞാൻ കുടിലുണ്ടാക്കുകയോ? അതു നടപ്പില്ല." യെമേല്യ പറഞ്ഞു.

രാജകുമാരി അവനോട് വീണ്ടും വീണ്ടും കേണപേക്ഷിച്ചു. ഒടുവിൽ അവൻ പറഞ്ഞു.

"വാളമീൻ കല്പിക്കുന്നു. ഞാൻ ഇച്ഛിക്കുന്നു! സ്വർണ്ണമേൽക്കൂരയുള്ളതും കല്ലുകൊണ്ടുണ്ടാക്കപ്പെട്ടതുമായ ഒരു കൊട്ടാരം ഇവിടെ ഉയരട്ടെ!"

അവൻ അങ്ങനെ പറഞ്ഞുതീർന്ന ഉടൻ അതിമനോഹരമാ ഒരു കൊട്ടാരം അവിടെ ഉണ്ടായി. അത് കല്ലുകൊണ്ടും നിർമ്മിക്കപ്പെട്ടതും, അതിന്റെ മേൽക്കൂര സ്വർണ്ണംകൊണ്ടുണ്ടാക്കപ്പെട്ടതുമായിരുന്നു. ചുറ്റും ഉണ്ടായിരുന്ന സുന്ദരമായ ഉദ്യാനത്തിൽ പൂക്കൾ വിരിഞ്ഞുനിന്നു. പക്ഷികൾ പാടിക്കൊണ്ടിരുന്നു. മരീയ രാജകുമാരിയും യെമേല്യയും കൊട്ടാരത്തിൽ പ്രവേശിച്ച് ജനാലയിലൂടെ പുറത്തേക്ക് നോക്കിയിരുന്നു.

മരീയ രാജകുമാരി ചോദിച്ചു.

"യെമേല്യാ, നിനക്ക് സുന്ദരനായിക്കൂടെ?"

ഒന്നും ആലോചിക്കാതെതന്നെ യെമേല്യ പറഞ്ഞു.

"വാളമീൻ കല്പിക്കുന്നു. ഞാൻ ഇച്ഛിക്കുന്നു. ഞാൻ നല്ലപൊക്കവും സൗന്ദര്യവുമുള്ള ഒരു യുവാവായിത്തീരട്ടെ!"

ഉടൻ തന്നെ യെമേല്യ അതിസുന്ദരനായ ഒരു യുവാവായി മാറി. അത്ര സുന്ദരനായ ഒരു യുവാവ് അതിനുമുമ്പ് ഭൂമിയിൽ ഉണ്ടായിട്ടില്ല.

രാജാവ് ആയിടയ്ക്ക് വേട്ടയ്ക്കിറങ്ങിയപ്പോൾ നേരത്തെ തരിശായിക്കിടന്ന ഒരു സ്ഥലത്ത് ഒരു കൊട്ടാരം ഉയർന്നു നിൽക്കുന്നത് കണ്ടു.

"എന്റെ സ്ഥലത്ത് കൊട്ടാരം പണിയാനുള്ള ധിക്കാരം ആർക്കാണുണ്ടായത്? എന്നു ചോദിച്ചുകൊണ്ട് അദ്ദേഹം കുറ്റക്കാരനെ കണ്ടുപിടിക്കാൻ ഒരു ദൂതനെ അയച്ചു."

രാജദൂതൻ കൊട്ടാരത്തിലെത്തി ജനലിനടുത്തു ചെന്നു നിന്നുകൊണ്ട് ആരാണെന്ന് പറയുവാൻ യെമേല്യയോട് അഭ്യർത്ഥിച്ചു.

"എന്നെ സന്ദർശിക്കുവാൻ രാജാവിനോട് പറയൂ. ഞാൻ

ആരാണെന്ന് അപ്പോൾ നേരിട്ടു പറഞ്ഞോളാം." യെമേല്യ പറഞ്ഞു.

രാജാവ് യെമേല്യയുടെ നിർദ്ദേശം സ്വീകരിച്ചു. യെമേല്യ അദ്ദേഹത്തെ കൊട്ടാരത്തിന്റെ കവാടത്തിൽ വച്ച് സ്വീകരിച്ചു. രാജോചിതമായി സൽക്കരിച്ചു. രാജാവ് തിന്നുകയും കുടിക്കുകയും ചെയ്തുകൊണ്ട് ചോദിച്ചു.

"നല്ല മനുഷ്യാ, നിങ്ങൾ ആരാണ്?"

"~ഒരു അടുപ്പിന്റെ തിണ്ണയിൽക്കയറി അങ്ങയെ സന്ദർശിച്ച യെമേല്യയെ അങ്ങ് ഓർക്കുന്നുണ്ടോ?" യെമേല്യ ചോദിച്ചു. "അവനെയും അങ്ങയുടെ മകളേയും ഒരുമിച്ച് ഒരു വീപ്പയിലടച്ച് കടലിലെറിഞ്ഞത് ഓർക്കുന്നുണ്ടോ? ഞാനാണ് ആ യെമേല്യ. വേണമെന്നു വിചാരിച്ചാൽ അങ്ങയുടെ രാജ്യം മുഴുവൻ തീ കത്തിച്ചു നശിപ്പിക്കാൻ എനിക്കു കഴിയും."

രാജാവ് വല്ലാതെ പേടിച്ചുപോയി. തന്നോട് ക്ഷമിക്കണമെന്ന് അദ്ദേഹം യെമേല്യയോട് അപേക്ഷിച്ചു.

"എനിക്ക് മാപ്പ് തരൂ, യെമേല്യ" അദ്ദേഹം യാചിച്ചു.

"എന്റെ മകളെ നിനക്കു കല്യാണം കഴിച്ചുതരാം. എന്റെ രാജ്യവും തരാം."

പിന്നീട് അവിടെ നടന്നത് അതിഗംഭീരമായ ഒരു സദ്യയായിരുന്നു. യേമേല്യ മരീയ രാജകുമാരിയെ കല്യാണം കഴിച്ചു. പിന്നീട് അവനാണ് ആ രാജ്യം ഭരിച്ചത്. അവർ സുഖമായി അനേകകാലം ജീവിച്ചിരുന്നു.

എന്റെ കഥയുടെ അവസാനം അതാണ്. ഈ കഥ കേട്ടുകൊണ്ടിരിക്കുന്നയാൾ എന്റെ ആത്മാർത്ഥ സുഹൃത്താണ്

●

സുന്ദരിയായ വസിലീസ

വണ്ടു പണ്ട് ഒരു രാജ്യത്ത് ഒരു അപ്പൂപ്പനും അമ്മൂമ്മയും വസിലീസ എന്ന പേരുള്ള അവരുടെ മകളും പാർത്തിരുന്നു. ഒരു ചെറ്റക്കുടിലിലാണ് അവർ താമസിച്ചിരുന്നതെങ്കിലും അവരുടെ ജീവിതം സന്തോഷവും സംതൃപ്തിയും നിറഞ്ഞതായിരുന്നു. എന്നാൽ ഒരിക്കൽ ദൗർഭാഗ്യം അവരെ പിടികൂടി. അമ്മൂമ്മ മാരകമായ ഒരു രോഗം പിടിപെട്ട് കിടപ്പിലായി. മരണം അടുത്തു കഴിഞ്ഞു എന്ന് മനസ്സിലായപ്പോൾ അമ്മൂമ്മ മകളെ അടുത്തു വിളിച്ച് അവൾക്ക് ഒരു പാവ സമ്മാനിച്ചിട്ട് പറഞ്ഞു.

"മോളെ ഈ പാവ എപ്പോഴും സൂക്ഷിച്ചുകൊള്ളണം. മറ്റാരെയും ഇതു കാണിക്കരുത്. നിനക്ക് എന്തെങ്കിലും ഒരാപത്തു വരികയാണെങ്കിൽ അപ്പോൾ ഇതിന് എന്തെങ്കിലും തിന്നാൻ കൊടുത്തിട്ട് നീ ഇതിന്റെ ഉപദേശം ആരായണം. എല്ലാ കഷ്ടപ്പാടുകളിൽ നിന്നും ഈ പാവ നിന്നെ രക്ഷിക്കും."

വസിലീസയെ അവസാനമായി കെട്ടിപ്പിടിച്ച് ഉമ്മവച്ചിട്ട് വൃദ്ധ മരിച്ചു.

വൃദ്ധൻ ഒരു പാടു നാൾ ദുഃഖിച്ചു കിടന്നു. ഒടുവിൽ മറ്റൊരു സ്ത്രീയെ വിവാഹം ചെയ്തു. വസിലീസയ്ക്ക് ഒരു അമ്മയുടെ വാത്സല്യം

ലഭിക്കുമെന്നാണ് വൃദ്ധൻ വിചാരിച്ചത്. പക്ഷേ അവൾക്ക് ലഭിച്ചത് രണ്ടാനമ്മയുടെ പോരു മാത്രമാണ്.

രണ്ടാനമ്മയ്ക്ക് രണ്ടു പെൺകുട്ടികളുണ്ടായിരുന്നു. അസൂയയും കുശുമ്പും ദുരാഗ്രഹവും ആയിരുന്നു ആ പെൺകുട്ടികളുടെ കൂടപ്പിറപ്പുകൾ. രണ്ടാനമ്മ സ്വന്തം മക്കളെ സ്നേഹിക്കുകയും ലാളിക്കുകയും ചെയ്തുപോന്നു. എന്നാൽ വസിലീസയെ അവർ എപ്പോഴും ശകാരിക്കും. അവർ വസിലീസയ്ക്ക് ഒരിക്കലും സൈ്വര്യം കൊടുക്കുകയില്ല. പാവം വസിലീസ വളരെ കഷ്ടപ്പെട്ടു. രണ്ടാനമ്മയും മക്കളും അവളെ എപ്പോഴും വഴക്കു പറയുകയും താങ്ങാവുന്നതിൽക്കൂടുതൽ ജോലി ചെയ്യാൻ അവളെ നിർബന്ധിക്കുകയും ചെയ്തുപോന്നു. ഒരുപാട് ജോലി ചെയ്യിച്ചാൽ വസിലീസ ക്ഷീണിക്കുകയും മെലിയുകയും ചെയ്യുമെന്നും കാറ്റും വെയിലുമേറ്റ് അവളുടെ മുഖം കറുക്കുകയും വൃത്തികേടാവുകയും ചെയ്യുമെന്നുമാണ് അവർ വിചാരിച്ചത്. പ്രഭാതം മുതൽ പ്രദോഷം വരെ മൂന്നുപേരിൽ ആരെങ്കിലും ഒരാൾ അവളുടെ പിന്നാലെ നടന്ന് പറയും.

"ഹേ, വസിലീസ നീ എന്തെടുക്കുകയാണ്? വേഗം പോയി വിറകു കൊണ്ടു വാ! തീകൂട്ടി മാവുകുഴച്ച് അപ്പമുണ്ടാക്ക്.! പാത്രം തേയ്ക്ക്! പശുവിനെ കറക്കാൻ നേരമായി. ഇതുവരെ നിലം തുടച്ചുകഴിഞ്ഞില്ലേ? ഉറക്കം തൂങ്ങി നിൽക്കാതെ വേഗം ജോലി ചെയ്യ്!"

പറയുന്ന എല്ലാ ജോലികളും വസിലീസ ചെയ്യും. അവൾ എല്ലാവരുടെയും ഇഷ്ടത്തിനു നിൽക്കും. എല്ലാ പണികളും സമയത്ത് ചെയ്ത് തീർക്കുകയും ചെയ്തുപോന്നു. അവൾ ദിവസം ചെല്ലുന്തോറും കൂടുതൽ കൂടുതൽ സുന്ദരിയായിത്തീർന്നു. അവളുടെ സൗന്ദര്യം പറഞ്ഞറിയിക്കാൻ വാക്കുകളില്ല. ലോകൈകസുന്ദരി എന്നു പറഞ്ഞാൽ കഴിഞ്ഞല്ലോ. എന്നാൽ ഇതിനെല്ലാം കാരണം ആ കൊച്ചു പാവയായിരുന്നു.

അതിരാവിലെ വസിലീസ പശുവിനെ കറക്കും. കലവറയിൽ കയറി വാതിൽ അകത്തുനിന്ന് കുറ്റിയിട്ട് അവൾ പാവ പുറത്തെടുത്ത് അതിന് കുറച്ച് പാൽകൊടുക്കും.

"കൊച്ചു പാവെ പാൽ കുടിക്കു! ഈ പാവത്തെ സഹായിക്കു!"

പാവ പാൽകുടിച്ചിട്ട് വസിലീസയെ ആശ്വസിപ്പിക്കും. അവൾ ചെയ്യേണ്ട ജോലികളെല്ലാം ചെയ്തുതീർക്കും. മുടിയിൽ ചൂടാനായി പൂമാല കെട്ടിക്കൊണ്ട് വസിലീസ മരത്തണലിലിരിക്കും. പച്ചക്കറിത്തോട്ടത്തിലെ കളകൾ പറിച്ചുമാറ്റുക, വെള്ളം കൊണ്ടുവരിക,

തീ കൂട്ടുക, മുട്ടക്കൂസുകൾക്ക് വെള്ളമൊഴിക്കുക മുതലായ എല്ലാ ജോലികളും നിമിഷത്തിനുള്ളിൽ ചെയ്തുകഴിയും. വെയിലേറ്റ് മുഖം കരുവാളിക്കാതിരിക്കാൻ പാവ വസിലീസയ്ക്ക് ഒരു പച്ചമരുന്ന് കൊടുത്തു. അതു പുരട്ടുന്നതുകൊണ്ട് വസിലീസയുടെ സൗന്ദര്യം പ്രതിദിനം വർദ്ധിച്ചു.

ശരത്ക്കാലത്തിന്റെ അവസാനത്തിൽ ഒരു ദിവസം വൃദ്ധൻ ദൂരെ ഒരിടത്തേക്ക് യാത്രയായി. കുറേക്കാലം കഴിഞ്ഞേ ഇനി അയാൾ മടങ്ങിവരികയുള്ളൂ.

രണ്ടാനമ്മയും മൂന്നു സഹോദരിമാരും വീട്ടിൽ തനിച്ചായി. അവർ കുടിലിനുള്ളിൽത്തന്നെ കഴിച്ചുകൂട്ടി. പുറത്ത് സർവ്വത്ര ഇരുട്ട്. മഴ തകർത്ത് പെയ്യുന്നു. കൊടുങ്കാറ്റ് ഓരിയിടുന്നു. ഒരു ഘോരവനത്തിന്റെ വക്കത്താണ് ആ കുടിൽ ഇരിക്കുന്നത്. കണ്ണടച്ചുതുറക്കുംമുമ്പെ മനുഷ്യരെ മുഴുവനെ വിഴുങ്ങുന്ന ബാബയഗാ എന്ന കൗശലക്കാരിയും കുബുദ്ധിയുമായ വൃദ്ധമന്ത്രവാദിനി താമസിക്കുന്നത് അതേ കാട്ടിലാണ്.

രണ്ടാനമ്മ പെൺകുട്ടികൾക്ക് മൂന്നുപേർക്കും ഓരോ ജോലി കൊടുത്തു. മൂത്തവൾ റേന്ത നെയ്യണം. രണ്ടാമത്തവൾ കമ്പിളിക്കാലുറ തുന്നണം. വസിലീസ നൂൽ നൂൽക്കണം. വിളക്കുകളെല്ലാം കെടുത്തിയിട്ട് രണ്ടാനമ്മ ഉറങ്ങാൻ കിടന്നു. പെൺകുട്ടികൾ ജോലി ചെയ്തുകൊണ്ടിരുന്ന മുറിയിൽ മാത്രം ബർച്ചുമരത്തിന്റെ ഒരു പൂള് കത്തിക്കൊണ്ടിരുന്നു.

വിറക് പൂള് കുറേ നേരം ചീറ്റുകയും പൊട്ടുകയും ചെയ്തിട്ട് അണഞ്ഞുപോയി.

"ഇനി എന്തു ചെയ്യും?" രണ്ടാനമ്മയുടെ മക്കൾ രണ്ടുപേരും വിളിച്ചുകൂവി. "കുടിലിൽ ഇരുട്ടാണ്. നാം എങ്ങിനെ പണിയെടുക്കും? ആരെങ്കിലും ഒരാൾ ബാബയഗായുടെ വീട്ടിൽച്ചെന്ന് ഒരു വിളക്ക് വാങ്ങിക്കൊണ്ടു വരണം."

"ഞാൻ പോകുന്നില്ല." മൂത്തവൾ പറഞ്ഞു. "ഞാൻ റേന്ത നെയ്യുകയാണ്. എന്റെ സൂചിയുടെ തിളക്കം എനിക്ക് വേണ്ടത്ര വെളിച്ചം തരുന്നുണ്ട്."

"ഞാനും പോകുന്നില്ല." രണ്ടാമത്തവൾ പറഞ്ഞു. "ഞാൻ കാലുറ തുന്നുകയാണ്. എന്റെ രണ്ടു സൂചികൾ എനിക്ക് വേണ്ടത്ര വെളിച്ചം തരുന്നുണ്ട്."

പിന്നീട് രണ്ടുപേരും ഒരേ ശബ്ദത്തിൽ വിളിച്ചു പറഞ്ഞു. "വസിലീസ വേണം വിളക്കു കൊണ്ടുവരാൻ! വസിലീസ, നീ ഈ നിമിഷംതന്നെ ബാബയഗായുടെ വീട്ടിലേക്ക് പുറപ്പെടണം." അവർ വസിലീസയെ കുടിലിനു പുറത്തേക്ക് തള്ളി.

കുറ്റാക്കുറ്റിരുട്ട്, കൊടുങ്കാട്, ഓരിയിടുന്ന കാറ്റ്, വസിലീസ പേടിച്ചു പോയി. അവൾ പൊട്ടിക്കരഞ്ഞു. ഉടുപ്പിന്റെ കീശയിൽ നിന്ന് പാവ പുറത്തെടുത്ത് അവൾ തേങ്ങി.

"എന്റെ പൊന്നുപാവേ! മനുഷ്യരെ മുഴുവനോടെ വിഴുങ്ങുന്ന ബാബ യഗായുടെ അടുത്തേക്ക് അവർ എന്നെ പറഞ്ഞയക്കുകയാണ്!"

"ഒന്നും പേടിക്കാനില്ല" പാവ അവളെ ആശ്വസിപ്പിച്ചു. "നിനക്ക് യാതൊരു കുഴപ്പവും പറ്റുകയില്ല. ഞാൻ നിന്നോടൊപ്പം ഉള്ളപ്പോൾ നിനക്ക് ഒരാപത്തും വരികയില്ല."

"എന്റെ പ്രിയപ്പെട്ട പാവെ നിനക്ക് നന്ദി." എന്നു പറഞ്ഞിട്ട് വസിലീസ നടന്നു തുടങ്ങി.

അവൾക്കു ചുറ്റും കാട് ഒരു കോട്ട പോലെ ഉയർന്നു നിന്നു. ആകാശത്തിൽ പ്രഭാപൂരിതമായ ചന്ദ്രക്കലയുടെ ലാഞ്ചന പോലും കാണാനില്ല. ആ അന്ധകാരത്തെ ഭേദിക്കാൻ ഒരൊറ്റ നക്ഷത്രം പോലും ഉണ്ടായിരുന്നില്ല.

വസിലീസ വിറച്ചുകൊണ്ട് മുന്നോട്ടു നടന്നു. അവൾ പാവ മാറോട് ചേർത്തു പിടിച്ചു.

പെട്ടെന്ന് ഒരു കുതിരസവാരിക്കാരൻ അവളെ കടന്നുപോയി. അയാൾ വെള്ളവസ്ത്രമാണ് ധരിച്ചിരുന്നത്. കുതിരയും വെള്ളനിറ മായിരുന്നു. വെള്ളികൊണ്ടുണ്ടാക്കിയ കുതിരക്കോപ്പ് ഇരുട്ടത്ത് വെട്ടിത്തിളങ്ങി.

കിഴക്ക് വെള്ളകീറി. മരക്കുറ്റികളിലും വേരുകളിലും തട്ടി മുട്ടി വസിലീസ മുന്നോട്ടു പോയ്ക്കൊണ്ടിരുന്നു. തിളങ്ങുന്ന തുഷാരബിന്ദു ക്കൾ അവളുടെ നീണ്ട മുടിയിൽ പറ്റിപ്പിടിച്ചു. അവളുടെ കൈകാലുകൾ തണുത്തു മരവിച്ചു.

പെട്ടെന്ന് മറ്റൊരു സവാരിക്കാരൻ ആ വഴി വന്നു. അയാൾ ചുവന്ന വസ്ത്രങ്ങളാണ് ധരിച്ചിരുന്നത്. അയാളുടെ കുതിരയും കുതിര ക്കോപ്പിനും ചുവപ്പുനിറമായിരുന്നു.

സൂര്യൻ ഉദിച്ചു. അതിന്റെ കിരണങ്ങൾ വസിലീസയെ തഴുകി.

അവളുടെ തണുപ്പ മാറി. മുടിയിലെ മഞ്ഞുതുള്ളികൾ ഉണങ്ങി.

വസിലീസ ഒരിക്കൽപോലും നിൽക്കാതെ പകൽ മുഴുവൻ നടന്നു. വൈകുന്നേരമായപ്പോൾ അവൾ മരങ്ങളില്ലാത്ത തുറസ്സായ ഒരു പ്രദേശത്ത് എത്തി.

ചുറ്റും നോക്കിയപ്പോൾ ഒരു കുടിൽ കണ്ടു. കുടിലിനു ചുറ്റും മനുഷ്യരുടെ അസ്ഥികൊണ്ടുള്ള ഒരു വേലിയുണ്ടായിരുന്നു. വേലിയുടെ തലപ്പത്ത് തലയോട്ടുകളാണ് കുത്തിനിർത്തിയിരുന്നത്. പടിവാതിൽ മനുഷ്യരുടെ കാലിലെ എല്ലുകൊണ്ടും സാക്ഷകൾ കയ്യിലെ എല്ലുകൊണ്ടും ഉണ്ടാക്കപ്പെട്ടതായിരുന്നു. അതിലെ പൂട്ടാകട്ടെ കടിച്ചുപിടിച്ച രണ്ടുവരി പല്ലുകളല്ലാതെ മറ്റൊന്നുമായിരുന്നില്ല.

വസിലീസ പേടികൊണ്ട് സ്തംഭിച്ചുനിന്നു. പെട്ടെന്ന് ഒരു കുതിര സവാരിക്കാരൻ അവിടെ പ്രത്യക്ഷപ്പെട്ടു. അയാളുടെ വസ്ത്രങ്ങൾ കറുത്തതായിരുന്നു. കുതിരയ്ക്കും കുതിരക്കോപ്പിനും കറുപ്പുനിറമായിരുന്നു. സവാരിക്കാരൻ പടിവാതിലിനടുത്തുവരെ കുതിരയോടിച്ചു ചെന്നിട്ട് ഉടൻതന്നെ അപ്രത്യക്ഷനായി.

നേരം രാത്രിയായി എന്തൊരത്ഭുതം! വേലിയുടെ മുകളിലുള്ള തലയോട്ടികൾ മിന്നിത്തിളങ്ങി. ചുറ്റുപാടും പകൽസമയത്തെപ്പോലെ വെളിച്ചം പരന്നു.

വസിലീസ നിന്നു വിറച്ചു. ഭയംകൊണ്ട് അവളുടെ കാലുകൾ തറയിൽ ഉറച്ചുപോയി. ആ ഭയാനകമായ പരിസരത്തുനിന്ന് ഓടിരക്ഷപ്പെടാൻ അവളുടെ കാലുകൾ അശക്തങ്ങളായിരുന്നു.

പെട്ടെന്ന് തന്റെ കാലിനടിയിൽ ഭൂമി വിറയ്ക്കുകയും കുലുങ്ങുകയും ചെയ്യുന്നതായി അവൾക്കു തോന്നി. ഒരു കയ്യിൽ ഉലക്കയും മറുകയ്യിൽ ഒരു ചൂലും ചുഴറ്റിക്കൊണ്ട് ഒരു ഉരലിൽ ഇരുന്ന് ബാബയഗാ എന്ന ദുർമന്ത്രവാദിനി ആകാശത്തിലൂടെ സഞ്ചരിക്കുകയായിരുന്നു. അവൾ പടിവാതിലിനടുത്തേക്ക് പറന്നു ചെന്നിട്ട് അലറി.

"ഫൂ-ഫൂ-ഫൂ! റഷ്യക്കാരന്റെ മണം! ആരാണവിടെ?"

വസിലീസ ബാബയഗായുടെ അടുത്തുചെന്ന് താണുവണങ്ങിക്കൊണ്ട് വിനയപുരസ്സരം പറഞ്ഞു.

"അമ്മൂമ്മേ! ഇതു ഞാനാണ്. വസിലീസ. രണ്ടാനമ്മയുടെ മക്കൾ വിളക്കു വാങ്ങിക്കാൻ എന്നെ ഇങ്ങോട്ട് അയച്ചതാണ്."

"ആഹാ, ഇതു നീയാണോ?" ബാബയഗാ പറഞ്ഞു. നിന്റെ

രണ്ടാനമ്മ എന്റെ ഒരു ബന്ധുക്കാരിയാണ്. നീ ഇവിടെ കുറച്ചു കാലം താമസിച്ച് പണിയെടുക്ക് അതുകഴിഞ്ഞ് നമുക്ക് വേണ്ടത് ചെയ്യാം."

ബാബയഗാ ഉറക്കെ വിളിച്ചുപറഞ്ഞു. "ഹേയ്! ബലമുള്ള താഴുകളേ, തുറക്കിൻ പടിവാതിലെ, വഴികൊടുക്ക്!"

വാതിൽ മലർക്കെ തുറന്നു. ബാബയഗാ തന്റെ ഉരൽ അകത്തേക്ക് ഓടിച്ചു. വസിലീസ അവളുടെ പിന്നാലെ നടന്ന് അകത്തുകയറി. പടി വാതിലിനകത്തു കടന്ന ഉടൻ തന്നെ അവിടെ നിന്ന് ഒരു ബർച്ചുമരം ചില്ലകൾ താഴ്ത്തി അവളെ അടിക്കാനോങ്ങി.

അവളെ തൊട്ടുപോകരുത്! ഞാൻ കൂട്ടിക്കൊണ്ടുവന്നതാണ്! ബാബയഗാ ബർച്ച് മരത്തോട് പറഞ്ഞു.

അവർ കുടിലിന്റെ മുൻവശത്തെത്തി. അവിടെ കിടന്ന പട്ടി വസിലീസയെ കടിക്കാൻ ചാടിവന്നു.

"അവളെ തൊട്ടുപോകരുത്. ഞാൻ കൂട്ടിക്കൊണ്ടുവന്നതാണ്.!" ബാബയഗാ പറഞ്ഞു.

ഇടനാഴിയിൽ വെച്ച് വസിലീസയെ മാന്തിക്കീറാനായി ഒരു കണ്ടൻപൂച്ച ഓടിയെത്തി.

"അവളെ തൊട്ടുപോകരുത്! ഞാൻ കൂട്ടിക്കൊണ്ടുവന്നതാണ്!" ബാബയഗാ പറഞ്ഞു.

പിന്നീട് അവൾ വസിലീസയുടെ നേരെ തിരിഞ്ഞ് താക്കീതു ചെയ്തു. "ഇവിടുന്ന് ഓടിപ്പോവാൻ എളുപ്പമല്ലെന്ന് മനസ്സിലാക്കിക്കോ. എന്റെ പൂച്ച നിന്നെ മാന്തിപ്പൊളിക്കും. പട്ടി കടിച്ചു പറിക്കും. ബർച്ചുമരം അടിച്ചു നിന്റെ കണ്ണുപൊട്ടിക്കും. പുറത്തേക്കിറങ്ങാൻ പടിവാതിൽ തുറക്കുകയുമില്ല."

ബാബയഗാ സ്വന്തം മുറിക്കുള്ളിൽ കടന്ന് ഒരു ബഞ്ചിൽ നീണ്ടു നിവർന്നു കിടന്നു.

"കറുത്തപെണ്ണേ! തിന്നാൻ എന്തെങ്കിലും കൊണ്ടുവാ" ബാബയഗാ വിളിച്ചുപറഞ്ഞു.

കറുത്തപെണ്ണ് ഓടിവന്ന് ബാബയഗാക്ക് ഭക്ഷണം വിളമ്പി. ഒരു കുടം നിറയെ റഷ്യൻ സൂപ്പ്. രണ്ടു കുടം പാൽ, ഇരുപതു കോഴി, നാൽപത് താറാവ്, അര കാള, ഒരു പന്നി, രണ്ടു അട വീപ്പകണക്കിന് മദ്യം.

ബാബയഗാ അതു മുഴുവൻ തിന്നുകയും കുടിക്കുകയും ചെയ്തു.

എന്നാൽ ഒരു റൊട്ടിക്കഷ്ണം മാത്രമാണ് അവൾ വസിലീസയ്ക്കു കൊടുത്തത്.

"വസിലീസ, ഇതാ ഒരു ചാക്ക് ചാമയരി. ഇത് ഓരോന്നായി തിരഞ്ഞു പെറുക്കി നല്ലതു മാത്രം ഒരു ചാക്കിൽ കെട്ടിവയ്ക്കണം. ഒരൊറ്റ അരിയെങ്ങാനും കണ്ടുപോയാൽ ഞാൻ നിന്നെ അപ്പോൾത്തന്നെ പിടിച്ചു തിന്നും." ബാബയഗാ കണ്ണടച്ചു കിടന്നു. അവൾ കൂർക്കം വലിച്ച് ഉറക്കമായി.

വസിലീസ പാവ പുറത്തെടുത്ത് തനിക്കു കിട്ടിയ റൊട്ടിക്കഷ്ണം അതിന് കൊടുത്തു.

"കുഞ്ഞിപ്പാവേ, നീ ഈ റൊട്ടി തിന്ന്, ഞാൻ എന്റെ ദുഃഖം മുഴുവൻ നിന്നോടു പറയാം. ബാബയഗാ എന്നെ ദുഷ്കരമായ ഒരു പണി ഏല്പിച്ചിരിക്കുകയാണ്. അത് ചെയ്തില്ലെങ്കിൽ എന്നെ അവൾ തിന്നുകളയും."

"വിഷമിക്കേണ്ട" പാവ പറഞ്ഞു. "കണ്ണടച്ച് ഉറങ്ങിക്കോ നേരം വെളുക്കുമ്പോൾ എന്തെങ്കിലും ഒരു പോംവഴി ഉണ്ടാകും."

വസിലീസ ഉറങ്ങിയ ഉടനെ പാവ ഉറക്കെ വിളിച്ചുപറഞ്ഞു.

"കാക്കകളെ, കുരുവികളെ, പ്രാക്കളെ, പരുന്തുക്കളെ, വസിലീസയെ സഹായിക്കാൻ പറന്നു വരിൻ!"

പക്ഷികൾ നാനാദിക്കിൽ നിന്നും പറ്റം പറ്റമായി പറന്നെത്തി. കണ്ണുകൊണ്ട് കാണാനോ നാക്കുകൊണ്ട് പറയാനോ കഴിയാത്തത്ര പക്ഷികൾ അവ ചിറകിട്ടടിക്കുകയും കളകളശബ്ദം പൊഴിക്കുകയും ചെയ്തുകൊണ്ട് പണി തുടങ്ങി. അവ ചാമയരികൾ ഓരോന്നായി വളരെ വേഗം തിരിഞ്ഞുപെറുക്കി. നല്ല അരികൾ ചാക്കിലേക്കും കറുത്തവ പക്ഷികളുടെ വയറ്റിലേയ്ക്കും പോയി. രാത്രി വളരെ വേഗം കഴിഞ്ഞെന്നു തോന്നി. ചാക്കു നിറഞ്ഞു.

പക്ഷികൾ പണി മുഴുമിച്ച നിമിഷത്തിൽ വെളുത്ത വസ്ത്രമണിഞ്ഞ സവാരിക്കാരൻ വെള്ളക്കുതിരപ്പുറത്ത് ആ വഴി കടന്നു പോയി. കിഴക്ക് വെള്ളകീറി ബാബയഗാ ഉണർന്നു.

"പണി ചെയ്തുകഴിഞ്ഞോ, വസിലീസ," അവൾ ചോദിച്ചു.

"ചെയ്തുകഴിഞ്ഞു. അമ്മൂമ്മേ."

ബാബയഗായ്ക്ക് അതു തീരെ രസിച്ചില്ല. പക്ഷെ എന്തു ചെയ്യാനാണ്.

"ഹും" അവൾ മുക്രയിട്ടു. "ഞാൻ വേട്ടയ്ക്കു പോകുകയാണ്. നീ ആ

മൂലയിൽ കെട്ടിവച്ചിരിക്കുന്ന ചാക്കിലെ പയറും കടുകും വേർതിരിച്ച് പ്രത്യേകം പ്രത്യേകം കൂട്ടി വയ്ക്ക്. അത് ചെയ്തില്ലെങ്കിൽ നിന്നെ ഞാൻ ഇന്ന് ശാപ്പിടും."

ബാബയഗാ ഉരലിൽ കയറിയിരുന്ന് ഉലക്കയും ചൂലും ചുഴറ്റിക്കൊണ്ട് യാത്രയായി.

വസിലീസ ഒരു റൊട്ടിത്തരി എടുത്ത് പാവയ്ക്ക് കൊടുത്തു.

"എന്റെ പൊന്നുപാവേ! എന്നെ രക്ഷിക്കണേ!" അവൾ അപേക്ഷിച്ചു.

പാവ മുഴങ്ങുന്ന ശബ്ദത്തിൽ വിളിച്ചു പറഞ്ഞു.

"വീട്ടിലും കാട്ടിലും വയലിലും മലയിലുമുള്ള എലികളേ ഓടിവരിൻ!"

എലികൾ കൂട്ടം കൂട്ടമായി വന്നു ചേർന്നു. കണ്ണുകൊണ്ട് കാണാനോ നാക്കുകൊണ്ട് പറയാനോ ആവാത്തത്ര എലികൾ. അരനാഴിക കൊണ്ട് അവ പയറും കടുകും വേർതിരിച്ചു.

നേരം സന്ധ്യയാകാറായി കറുത്തപെണ്ണ് മേശപ്പുറത്ത് വിഭവങ്ങൾ നിരത്തിവച്ചിട്ട് ബാബയഗായുടെ വരവും പ്രതീക്ഷിച്ച് ഇരുന്നു.

കറുത്ത സവാരിക്കാരൻ കുതിരയോടിച്ചു പോയി. നേരം രാത്രിയായി. വേലിത്തലപ്പത്തുള്ള തലയോട്ടികൾ പ്രകാശം പരത്തി. മരങ്ങൾ ഞരങ്ങി. ഇലകൾ ഉലഞ്ഞു. കണ്ണടച്ചു തുറക്കും മുമ്പ് മനുഷ്യരെ അങ്ങനെ തന്നെ വിഴുങ്ങിക്കളയുന്ന കൗശലക്കാരിയും കുബുദ്ധിയുമായ ബാബയഗാ തിരിച്ചുവന്നു.

"ഞാൻ പറഞ്ഞതുപോലെ ചെയ്തോ, വസിലീസാ?"

"എല്ലാം ചെയ്തു അമ്മൂമ്മേ."

ബാബയഗായ്ക്ക് ദേഷ്യം സഹിക്കാൻ കഴിയാതെയായി. പക്ഷെ എന്തു പറയാനാണ്.

"ശരി, നീ കിടന്നു ഉറങ്ങിക്കോ, ഞാനും കിടക്കാൻ പോകുകയാണ്."

വസിലീസ അടുപ്പിന്റെ പിന്നിലേക്ക് പോയി. ബാബയഗാ കറുത്തപെണ്ണിനോട് ഇങ്ങനെ പറയുന്നത് അവൾ കേട്ടു.

"കറുത്ത പെണ്ണേ, അടുപ്പ് കത്തിക്ക് പൂളയ്ക്ക് നല്ല ചൂടുണ്ടായിരിക്കണം. ഞാൻ ഉറങ്ങിയെണീറ്റാലുടൻ വസിലീസയെ ചുട്ടുതിന്നാൻ പോകുകയാണ്."

ബാബയഗാ ഒരു ബഞ്ചിൽ കിടന്നു. താടി ഒരു അലമാരിയിൽ താങ്ങിവെച്ച് ഒരു കാലുകൊണ്ട് പുതച്ചുമൂടി അവൾ ഉറക്കമായി. അവൾ കൂർക്കം വലിക്കുന്ന ശബ്ദം കൊണ്ട് കാടാകെ ഞെട്ടിവിറച്ചു.

വസിലീസ പൊട്ടിക്കരഞ്ഞു. അവൾ പാവ പുറത്തെടുത്ത് ഒരു തരി റൊട്ടി അതിനു കൊടുത്തു.

"കുഞ്ഞിപ്പാവേ ഈ റൊട്ടി തിന്ന് ഞാൻ എന്റെ സങ്കടം മുഴുവൻ നിന്നോട് പറയാം. ബാബയഗാ എന്നെ ചുട്ടുതിന്നാൻ പോകുകയാണ്." വസിലീസ പറഞ്ഞു.

അവിടെ നിന്ന് രക്ഷപ്പെടാനുള്ള മാർഗ്ഗം പാവ അവൾക്ക് പറഞ്ഞു കൊടുത്തു.

വസിലീസ കറുത്തപെണ്ണിന്റെ അടുത്ത് ചെന്ന് താണുവണങ്ങി യിട്ട് അപേക്ഷിച്ചു.

"കറുത്തപെണ്ണേ എന്നെ രക്ഷിക്കണേ! അടുപ്പ് കത്തിക്കുമ്പോൾ ശരിക്കു കത്താതിരിക്കാൻ വിറകിൽ വെള്ളമൊഴിക്കണം. ഞാൻ എന്റെ പട്ടുറുമാല നിനക്ക് സമ്മാനിക്കാം."

കറുത്ത പെണ്ണ് മറുപടി പറഞ്ഞത് ഇപ്രകാരമാണ്.

"ശരി, ഞാൻ നിന്നെ സഹായിക്കാം. തീ കൂട്ടാൻ ഞാൻ വളരെയേറെ സമയം ചെലവഴിക്കാം. കൂടാതെ ബാബയഗാ രാത്രി മുഴുവൻ ഉറങ്ങാനായി ഞാൻ അവളുടെ കാലിൽ ഇക്കിളി കൂട്ടുകയും ചൊറിയുകയും ചെയ്യാം.

നീ ഓടിപ്പോയ്ക്കോ."

"മൂന്നു കുതിരസവാരിക്കാർ എന്നെ പിടികൂടിയാലോ?"

"ഇല്ല അതുണ്ടാകയില്ല." കറുത്തപെണ്ണ് പറഞ്ഞു. "വെള്ളക്കുതിര ക്കാരൻ രാത്രിയുമാണ്. അവർ നിന്നെ ഉപദ്രവിക്കയില്ല."

വസീലിസ ഇടനാഴിയിലേക്ക് ഇറങ്ങി. കണ്ടൻപൂച്ച അവളെ മാന്താൻ പാഞ്ഞുവന്നു. അവൾ അതിന് ഒരപ്പം ഇട്ടുകൊടുത്തു. അത് അവളെ തൊട്ടില്ല.

വസീലിസ ഉമ്മറപ്പടികൾ ഇറങ്ങാൻ തുടങ്ങിയപ്പോൾ പട്ടി അവളെ കടിക്കാൻ ഓടിയെത്തി. അവൾ അതിന് ഒരു കഷ്ണം റൊട്ടി ഇട്ടുകൊടുത്തു. അതു വാലാട്ടിക്കൊണ്ട് തിരിച്ചുപോയി.

വസിലിസ മുറ്റത്തിറങ്ങി ഓടി. ബർച്ച് മരം അവളെ അടിക്കാൻ

ആഞ്ഞു. പക്ഷേ വസിലീസ അതിൽ ഒരു റിബൺ കെട്ടിയപ്പോൾ കടന്നുപോവാൻ മരം അവളെ അനുവദിച്ചു.

പടിവാതിൽ അടയാൻ തുടങ്ങി. പക്ഷേ വസിലീസ അതിന്റെ വിജാഗിരികളിൽ എണ്ണ പുരട്ടിയപ്പോൾ അതു താനെ തുറന്നു.

വസിലീസ ഇരുണ്ട കാട്ടിലേക്കിറങ്ങി. ആ സമയത്ത് കറുത്ത സവാരിക്കാരൻ കുതിരയോടിച്ച് കടന്നു പോയി. കുറ്റാക്കൂറ്റിരുട്ട്! വിളക്കില്ലാതെ അവൾ എങ്ങിനെ വീട്ടിലേക്കു മടങ്ങും? അവിടെച്ചെന്ന് എന്തു പറയും. രണ്ടാനമ്മ അവളെ ജീവനോടെ വെച്ചേക്കുമോ? വസിലീസ പാവയോട് ഉപദേശം ചോദിച്ചു. അതു പറഞ്ഞുകൊടുക്കുകയും ചെയ്തു.

വസിലീസ വേലിത്തലപ്പത്തുനിന്നും ഒരു തലയോട്ടിയെടുത്ത് ഒരു കൊമ്പിന്റെ അറ്റത്തു കുത്തിനിർത്തി. അതുമായി മുമ്പോട്ടു പോയി. തലയോട്ടിയുടെ കണ്ണുകൾ കത്തിജ്വലിച്ചുകൊണ്ടിരുന്നു. അതിന്റെ പ്രകാശത്തിൽ രാത്രി പകലായി മാറി.

കുറെ കഴിഞ്ഞ് ബാബയഗാ ഉണർന്ന് മൂരി നിവർത്തി. വസിലീസ രക്ഷപ്പെട്ടു എന്നു മനസ്സിലായപ്പോൾ അവൾ ഇടനാഴിയിലേക്ക് പാഞ്ഞു.

"വസിലീസ ഓടിപ്പോയപ്പോൾ നീ അവളെ മാന്തിയോ, കണ്ടൻ പൂച്ചേ?" അവൾ ചോദിച്ചു.

"ഇല്ല. അവൾ എനിക്ക് ഒരപ്പം തന്നതുകൊണ്ട് ഞാൻ അവളെ കടത്തിവിട്ടു. ഞാൻ കഴിഞ്ഞ പത്തുവർഷമായി നിങ്ങളെ സേവിക്കുന്നു. എന്നിട്ട് ഒരു റൊട്ടിക്കഷ്ണം പോലും നിങ്ങൾ ഒരിക്കലും തന്നിട്ടില്ല." പൂച്ച പറഞ്ഞു.

ബാബയഗാ മുറ്റത്തേക്ക് ഓടി.

"വിശ്വസ്തനായ എന്റെ പട്ടീ, നീ വസിലീസയെ കടിച്ചില്ലേ?" അവൾ ചോദിച്ചു.

"ഇല്ല" പട്ടി പറഞ്ഞു. "അവൾ എനിക്ക് ഒരുകഷ്ണം റൊട്ടി തന്നു. ഞാൻ അവളെ കടത്തിവിട്ടു. ഞാൻ എത്ര കാലമായി നിങ്ങളെ സേവിക്കുന്നു എന്നിട്ട് ഒരു എല്ലിൻമുട്ടിപോലും നിങ്ങൾ എനിക്ക് തന്നിട്ടില്ല."

"ബർച്ചേ, ബർച്ചേ" ബാബയഗാ അലറി.

"നീ വസിലീസയുടെ കണ്ണുപൊട്ടിച്ചില്ലേ."

"ഇല്ല" ബർച്ചുമരം പറഞ്ഞു. "വസിലീസ എന്റെ ശാഖകൾ ഒരു

റിബൺ കൊണ്ടു കെട്ടി. ഞാൻ അവളെ കടത്തിവിട്ടു. കഴിഞ്ഞ പത്തുവർഷമായി ഞാൻ ഇവിടെ വളരുന്നു. നിങ്ങൾ ഇതേവരെ ഒരു ചരടുകൊണ്ടുപോലും അവ കെട്ടിവച്ചിട്ടില്ല."

ബാബയഗാ പടിവാതിലിനടുത്തേക്ക് ഓടി.

"പടിവാതിലേ, പടിവാതിലേ വസിലീസ പുറത്തുകടക്കാതെ നീ തടഞ്ഞില്ലേ?"

"ഇല്ല" വാതിൽ പറഞ്ഞു. "അവൾ എന്റെ വിജാഗിരികൾക്ക് എണ്ണയിട്ടുതുകൊണ്ട് ഞാൻ അവളെ കടത്തിവിട്ടു. എത്രകാലമായി ഞാൻ നിങ്ങളെ സേവിക്കുന്നു. എന്നിട്ട് നിങ്ങൾ അവയിൽ പച്ചവെള്ളംപോലും പുരട്ടിയില്ല."

ബാബയഗാ കലിതുള്ളി. അവൾ പൂച്ചയെ തൊഴിക്കുകയും പട്ടിയെ അടിക്കുകയും പടിവാതിൽ തല്ലിപ്പൊളിക്കുകയും മരം വെട്ടിക്കളയുകയും ചെയ്തു. അത്രയും കഴിഞ്ഞപ്പോഴേക്ക് അവൾക്ക് കലശലായ ക്ഷീണം തോന്നിയതിനാൽ വസിലീസയുടെ കാര്യം അവൾ പാടെ മറന്നുപോയി.

വസിലീസ വീട്ടിലേക്ക് ഓടി. അപ്പോഴും വീട്ടിൽ വെളിച്ചമുണ്ടായിരുന്നില്ല. രണ്ടാനമ്മയുടെ മക്കൾ രണ്ടുപേരും ഓടിവന്ന് അവളെ ശകാരിച്ചു.

"വെളിച്ചം കൊണ്ടുവരാൻ ഇത്ര താമസിച്ചതെന്താണ്? ഞങ്ങൾ എത്ര ശ്രമിച്ചിട്ടും വിളക്കു കത്തിക്കാൻ കഴിയുന്നില്ല. അടുത്ത വീട്ടിൽ നിന്ന് തന്ന വിളക്ക് അകത്ത് കൊണ്ടുവന്നപ്പോൾത്തന്നെ അണഞ്ഞുപോയി. ഒരു പക്ഷേ നിന്റെ കയ്യിലെ വെളിച്ചം അണയുകയില്ലായിരിക്കും."

അവർ തലയോട്ടി കുടിലിനകത്തേക്കു കൊണ്ടുപോയി. അതിന്റെ കണ്ണുകൾ രണ്ടാനമ്മയേയും പെൺമക്കളേയും തുറിച്ചു നോക്കിക്കൊണ്ടിരുന്നു. അവരുടെ ദേഹം പൊള്ളിത്തുടങ്ങി. അവർ ഓടിയൊളിക്കാൻ ശ്രമിച്ചെങ്കിലും കത്തിജ്വലിക്കുന്ന കണ്ണുകൾ എല്ലായിടത്തും അവരെ പിൻതുടർന്നു. നേരം വെളുത്തപ്പോഴേക്കും അവർ മൂവരും കത്തി ചാമ്പലായിപ്പോയി. വസിലീസയ്ക്കു മാത്രം യാതൊരു കുഴപ്പവുമില്ല.

വസിലീസ തലയോട്ടി മുറ്റത്ത് വച്ചിട്ട് അവിടെ ചുവന്ന പൂക്കളുള്ള ഒരു റോസാച്ചെടി കിളിർത്തുവന്നു.

വസിലീസക്ക് ആ കുടിലിൽ താമസിക്കാൻ ആഗ്രഹമുണ്ടായിരുന്നില്ല. അവൾ പട്ടണത്തിൽ ചെന്ന് ഒരു വൃദ്ധയോടൊപ്പം താമസം തുടങ്ങി.

ഒരു ദിവസം വസിലീസ വൃദ്ധയോട് പറഞ്ഞു.

"ജോലി ചെയ്യാതെ വെറുതെ ഇരുന്ന് ഞാൻ മുഷിഞ്ഞു. അമ്മൂമ്മെ, എനിക്ക് കുറച്ച് ചണനാരു വാങ്ങിത്തരൂ. മുന്തിയ ഇനമായിരിക്കണം."

വൃദ്ധ ചണനാരു വാങ്ങിക്കൊണ്ടുവന്നു. വസിലീസ പണി തുടങ്ങി. അതിൽ നിന്നു അവൾ സ്വർണ്ണനിറമുള്ള അതിലോലമായ നൂലു നൂറ്റെടുത്തു. ആ നൂലുപയോഗിച്ച് അവൾ തുണി നെയ്തു. മടക്കിയെടുത്താൽ ഒരു സൂചിക്കുഴലിലൂടെ കടത്താവുന്നത്ര നേർമയുള്ള തുണിയായിരുന്നു അത്. അവൾ ആ തുണി അലക്കി കോടിനിറം കളഞ്ഞപ്പോൾ അതിന് മഞ്ഞിന്റെ വെണ്മയുണ്ടായി.

"അമ്മൂമ്മേ," വസിലീസ പറഞ്ഞു. "ഈ തുണിവിറ്റ് പണം എടുത്തോളൂ."

വൃദ്ധ ആ തുണി നോക്കി അത്ഭുതപ്പെട്ടു.

"ഇതു വിൽക്കാൻ പാടില്ല. മോളേ! ഈ തുണി രാജകുമാരന്മാർക്കു ധരിക്കാനുള്ളതാണ്. ഞാൻ ഇത് കൊട്ടാരത്തിൽ കൊണ്ടു പോയി കാഴ്ചവയ്ക്കും."

വൃദ്ധ തുണി കൊട്ടാരത്തിലേക്ക് കൊണ്ടുപോയി. രാജകുമാരൻ അതു കണ്ട് അതിശയിച്ചു.

"ഇതിന് എന്തു തരണം?" അദ്ദേഹം ചോദിച്ചു.

"ഇതുവിൽക്കാനുള്ളതല്ല. അവിടുത്തേക്ക് കാഴ്ചവയ്ക്കാൻ കൊണ്ടുവന്നതാണ്."

രാജകുമാരൻ വൃദ്ധയോട് നന്ദി പറഞ്ഞു. അനേകം സമ്മാനങ്ങൾ നൽകിയാണ് അദ്ദേഹം അവരെ മടക്കിയയച്ചത്.

എന്നാൽ ആ മനോഹരമായ തുണികൊണ്ട് കുപ്പായം തുന്നാൻ തക്ക കരവിരുതുള്ള ഒരു തുന്നൽകാരിയെ കണ്ടുപിടിക്കാൻ രാജകുമാരനു കഴിഞ്ഞില്ല. അതുകൊണ്ട് അദ്ദേഹം വൃദ്ധയെത്തന്നെ കൊട്ടാരത്തിലേയ്ക്ക് വിളിപ്പിച്ചു.

"ഈ മനോഹരമായ തുണി നെയ്തെടുത്ത നിങ്ങൾക്കുമാത്രമേ ഇതുകൊണ്ടു എനിക്കൊരു കുപ്പായം തുന്നിത്തരാൻ കഴിയുകയുള്ളൂ."

രാജകുമാരൻ പറഞ്ഞു.

"നൂൽ നൂറ്റതും തുണി നെയ്തതും ഞാനല്ല. വസിലീസ എന്ന പേരുള്ള ഒരു പെൺകിടാവാണ്."

"എന്നാൽ എനിക്ക് ഒരു കുപ്പായം തുന്നിത്തരാൻ അവളോടു പറയൂ."

വൃദ്ധ വീട്ടിൽച്ചെന്ന് വസിലീസയോട് കാര്യങ്ങളെല്ലാം പറഞ്ഞു.

വസിലീസ കുപ്പായം തുന്നി അവൾ അതിൽ പട്ടുനൂൽകൊണ്ട് ചിത്രപ്പണി ചെയ്തു. ഉരുണ്ട വെൺമുത്തുകൾ തുന്നിപ്പിടിപ്പിച്ചു. കുപ്പായം വൃദ്ധയുടെ കയ്യിൽ കൊട്ടാരത്തിലേക്ക് കൊടുത്തയച്ചിട്ട് വസിലീസ ഒരു ടവ്വൽ തുന്നിക്കൊണ്ട് ജനലിനടുത്തിരുന്നു.

ഒരു രാജകിങ്കരൻ തന്റെ അടുത്തേക്ക് ഓടിവരുന്നതാണ് തലയുയർത്തി നോക്കിയപ്പോൾ അവൾ കണ്ടത്.

"നീ കൊട്ടാരത്തിലേക്ക് ചെല്ലണമെന്ന് രാജകുമാരൻ കല്പിച്ചിരിക്കുന്നു." അയാൾ പറഞ്ഞു.

വസിലീസ കൊട്ടാരത്തിലെത്തി. രാജകുമാരൻ അവളുടെ സൗന്ദര്യത്തിൽ മതിമയങ്ങിപ്പോയി.

"നിന്നെ പിരിഞ്ഞിരിക്കാൻ ഞാൻ അശക്തനാണ്. നീ എന്റെ ഭാര്യയായിരിക്കണം." അദ്ദേഹം പറഞ്ഞു.

അവളുടെ പാലുപോലെ വെളുത്ത കരങ്ങൾ രണ്ടും ഗ്രഹിച്ച് രാജകുമാരൻ അവളെ തന്റെ അടുത്തിരുത്തി.

വസിലീസയുടെയും രാജകുമാരന്റെയും കല്യാണം കഴിഞ്ഞു. വസിലീസയുടെ അച്ഛൻ തിരിച്ചെത്തിയപ്പോൾ അയാളും കൊട്ടാരത്തിൽ താമസമാക്കി.

വൃദ്ധയേയും വസിലീസ തന്നോടൊപ്പം പാർപ്പിച്ചു. അപ്പോൾ ആ കൊച്ചു പാവയെ വസിലീസ തന്റെ ഉടുപ്പിന്റെ കീശയിൽത്തന്നെ സൂക്ഷിച്ചു.

ഇപ്പോഴും അവർ സുഖമായി താമസിക്കുന്നു. നാം വിരുന്നുണ്ണാൻ ചെല്ലുന്നതും കാത്ത്